നമ്മുടെ വിദ്യാലയങ്ങൾ മാറിയ കഥ

Nammude vidhyalayangal mariya kadha

Prof. C Raveendranath

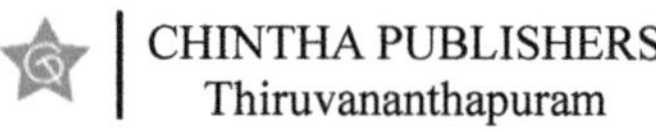
CHINTHA PUBLISHERS
Thiruvananthapuram

First Edition
February 2021

Published
Chintha Publishers
Thiruvananthapuram

Typesetting
Star Communications
Thiruvananthapuram

Cover Design
Vinod Mangoes

ISBN : 978-93-90301-49-2

CO - 2988 / 5424

Email: chinthapublishers@gmail.com
Website: www.chinthapublishers.com

Distribution
DESHABHIMANI BOOKHOUSE
H O Thiruvananthapuram 695035

Branch
Head Office Kunnukuzhi • Statue Thiruvananthapuram •
KSRTC Bus Station Thiruvananthapuram
KSRTC Bus Station Alappuzha • KSRTC Bus Station Ernakulam •
Machingal Lane Thrissur • IG Road Kozhikode •
Mavoor Road Kozhikode • NGO Union Building Kannur •
Central Bus Terminal Complex Thavakkara Kannur

നമ്മുടെ വിദ്യാലയങ്ങൾ മാറിയ കഥ

പ്രൊഫ. സി രവീന്ദ്രനാഥ്

ചിന്ത പബ്ലിഷേഴ്സ്
തിരുവനന്തപുരം-695 035

പ്രൊഫ. സി രവീന്ദ്രനാഥ്

തൃശൂർ ജില്ലയിൽ നെല്ലായിക്കടുത്ത് പന്തല്ലൂരിൽ സ്കൂൾ അദ്ധ്യാപകനായ കുന്നത്തേരി തെക്കേമഠത്തിൽ പീതാംബരൻ കർത്തയുടെയും ചേരാനെല്ലൂർ ലക്ഷ്മിക്കുട്ടി കുഞ്ഞമ്മയുടെയും മകനായി 1955 ൽ ജനനം. ജെ യു പി എസ് പന്തല്ലൂർ, ജി എൻ ബി എച്ച് എസ് കൊടകര, സെന്റ് ആന്റണീസ് ഹൈസ്കൂൾ പുതുക്കാട്, സെന്റ് തോമസ് കോളേജ്, തൃശൂർ എന്നിവിടങ്ങളിൽ വിദ്യാഭ്യാസം.

തൃശൂർ സെന്റ്തോമസ് കോളേജിൽ കെമിസ്ട്രി വിഭാഗം അദ്ധ്യാപകനായിരുന്നു.

ജനകീയാസൂത്രണപ്രസ്ഥാനത്തിന്റെയും സാക്ഷരത പ്രസ്ഥാനത്തിന്റെയും പ്രവർത്തനങ്ങളിൽ നേതൃത്വപരമായ പങ്കുവഹിച്ചു. സി പി ഐ (എം) തൃശൂർ ജില്ലാ കമ്മിറ്റി അംഗവും, സംസ്ഥാന സമിതിയിലെ ക്ഷണിതാവുമാണ്.

ഇപ്പോൾ സംസ്ഥാന വിദ്യാഭ്യാസമന്ത്രിയാണ്.

കൃതികൾ: *ആണവകരാർ വസ്തുതകളും വിശദാംശങ്ങളും, ആണവകരാർ അധിനിവേശത്തിന്റെ ഉടമ്പടിപത്രം, ആസിയാൻ കരാറിന്റെ യാഥാർത്ഥ്യങ്ങൾ, നവലിബറൽ അഥവാ ദുരിതങ്ങളുടെ നയം, നിയമസഭാ പ്രസംഗങ്ങൾ, അറിവിന്റെ സാമൂഹ്യപാഠം, സുസ്ഥിര- സമഗ്രവികസനത്തിന്റെ ജനകീയ മുഖം.*

ഭാര്യ : വിജയം (തൃശൂർ കേരളവർമ്മ കോളേജിൽ കൊമേഴ്സ് വിഭാഗം അദ്ധ്യാപിക)
മക്കൾ : ലക്ഷ്മിദേവി, ജയകൃഷ്ണൻ
വിലാസം : ലക്ഷ്മിഭവൻ, കാനാട്ടുകര, തൃശൂർ
ഫോൺ : 9446048800

ഉള്ളടക്കം

പ്രസാധകക്കുറിപ്പ്

അസമത്വമാണ് ഇന്നത്തെ ലോകം നേരിടുന്ന ഏറ്റവും വലിയ സാമൂഹിക രാഷ്ട്രീയ വെല്ലുവിളി. പല വികസ്വര രാജ്യങ്ങളും സാമ്പത്തികോല്പാദനത്തിൽ വലിയ മുന്നേറ്റം ഉണ്ടാക്കുമ്പോഴും അതിന്റെ വിതരണം സമൂഹത്തിലെ മുകൾത്തട്ടിൽ മാത്രം ഒതുങ്ങി നില്ക്കുന്നു. നേട്ടങ്ങൾ സാധാരണക്കാരിലും പാവപ്പെട്ടവരിലും എത്താതെ പോകുന്നു. മാത്രമല്ല പഴയ ക്ഷേമ രാഷ്ട്ര സങ്കല്പങ്ങൾ എല്ലാ രാജ്യങ്ങളും പാടെ കൈയൊഴിയുന്ന കാഴ്ചയും കാണാം. വിദ്യാഭ്യാസ ആരോഗ്യ മേഖലകളിൽനിന്നും സർക്കാരുകൾ പിന്മാറുന്നു, കമ്പോളത്തിന്റെ അദൃശ്യ കരങ്ങൾ എല്ലാം ശരിയാക്കും എന്ന പ്രത്യയശാസ്ത്രം സർവ്വാധിപത്യം നേടുന്നു.

നമ്മുടെ നാട്ടിലും ഇതിന്റെ ആഘാതങ്ങൾ നാം അനുഭവിച്ചറിഞ്ഞതാണ്. അവഗണിക്കപ്പെട്ട പൊതുവിദ്യാഭ്യാസം ഇതിന്റെ ഏറ്റവും നല്ല ദൃഷ്ടാന്തമായിരുന്നു. ഏതാണ്ട് സർവ്വനാശത്തിന്റെ സ്ഥിതിയിലായിരുന്നു നമ്മുടെ നാട്ടിലെ സർക്കാർ സ്കൂളുകൾ. ചോർന്നൊലിക്കുന്ന, ഇടിഞ്ഞു വീഴാറായ കെട്ടിടങ്ങൾ, കുട്ടികളില്ലാത്ത ക്ലാസുമുറികൾ, ജോലി നഷ്ടപ്പെടാതിരിക്കാൻ പരക്കം പായുന്ന അദ്ധ്യാപകർ, ഒരു ടെലിവിഷൻ സ്ക്രീൻ പോലും സ്വപ്നം കാണാൻ കഴിയാത്ത ക്ലാസ് റൂമുകൾ - ഈ സാഹചര്യങ്ങളിൽ നിന്നുമാണ് അക്ഷരാർത്ഥത്തിൽ നമ്മുടെ പൊതു വിദ്യാലയങ്ങൾ ഒരു ക്വാണ്ടം ജമ്പ് നടത്തിയിരിക്കുന്നത്. ഏറ്റവും മികച്ച സ്വകാര്യ സ്കൂളുകൾ പോലും അസൂയയോടെ നോക്കിക്കാണുന്ന നിലയിലേക്ക് ഇന്ന് നമ്മുടെ സർക്കാർ സ്കൂളുകൾ മാറിത്തീർത്തിരിക്കുന്നു. സ്വകാര്യ സ്കൂളുകളെ ഉപേക്ഷിച്ചു കുട്ടികൾ കൂട്ടത്തോടെ ഇവിടേക്ക് ഒഴുകിയെത്തുന്നു. ഇടതുപക്ഷത്തിന്റെ രാഷ്ട്രീയവും ഇച്ഛാശക്തിയും കാഴ്ചപ്പാടുകളും നമ്മുടെ പൊതുവിദ്യാലയങ്ങളെ അടിമുടി മാറ്റിത്തീർത്ത കഥയാണ് കേരളത്തിന്റെ വിദ്യാഭ്യാസ മന്ത്രി ഇവിടെ വിവരിക്കുന്നത്. ഏറെ ചാരിതാർത്ഥ്യത്തോടെ ഈ അനുഭവം ഞങ്ങൾ വായനക്കാരുമായി പങ്കുവെക്കട്ടെ. ഈ പുസ്തകത്തിന്റെ എഡിറ്റോറിയൽ പ്രവർത്തനങ്ങൾ ഏകോപിപ്പിച്ച കബനി ബി ഗീതയ്ക്ക് പ്രത്യേക കൃതജ്ഞത രേഖപ്പെടുത്തുന്നു.

ചിന്ത പബ്ലിഷേഴ്സ്

അവതാരിക

ആധുനിക ചരിത്രത്തിന്റെ പ്രാരംഭത്തിൽ കേരളത്തിലെ വിദ്യാഭ്യാസരംഗം എത്ര വികലമായ അവസ്ഥയിലായിരുന്നു എന്ന നിരീക്ഷണം ഗ്രന്ഥകാരനായ ശ്രീ. സി രവീന്ദ്രനാഥ് ആദ്യംതന്നെ അവതരിപ്പിക്കുന്നു.

'ജനാധിപത്യ പ്രക്രിയയിലൂടെ മനുഷ്യരെ പുതിയ മനുഷ്യരാക്കി മാറ്റുന്ന സാമൂഹിക പ്രക്രിയയാണ് വിദ്യാഭ്യാസം എന്ന മഹത്തായ ആശയം ഒരിക്കലും പ്രാവർത്തികമാക്കാത്ത പ്രദേശമായിരുന്നു പഴയ കേരളം.'

അദ്ദേഹത്തിന്റെ ഈ പ്രസ്താവത്തോട് വിയോജിക്കുന്നവർ കാണുകയില്ല. ചരിത്രത്തിലെ യാഥാർത്ഥ്യം ലളിതമായി വെളിപ്പെടുത്തുക മാത്രമേ അദ്ദേഹം ചെയ്യുന്നുള്ളു.

ഈ ദുര്യോഗം എന്തുകൊണ്ട് സംഭവിച്ചു? 'ജാതികേന്ദ്രീകൃതമായിരുന്നു അക്കാലത്ത് കേരളത്തിൽ നിലനിന്നിരുന്ന വ്യവസ്ഥിതി' എന്ന ഉത്തരം നല്കാൻ അദ്ദേഹത്തിന് പ്രയാസമില്ല. ബഹുഭൂരിപക്ഷം ജനങ്ങളും വിദ്യാലയങ്ങൾക്ക് പുറത്തായിരുന്നു. മറ്റൊരുതരത്തിൽ പറഞ്ഞാൽ, ബഹുഭൂരിപക്ഷം വിദ്യാർത്ഥികളും മുഖ്യധാരയിൽ നിന്ന് പാർശ്വവല്ക്കരിക്കപ്പെട്ടിരുന്നു. അതിനാൽ അറിവിന്റെ ലോകത്ത് അസമത്വം മാത്രമാണ് നിലനിന്നിരുന്നത്. അറിവിനെ ആയുധമാക്കിക്കൊണ്ട് ഉപരിവർഗ്ഗം മറ്റുള്ളവരെ പുറന്തള്ളിയിരുന്നു. ജനാധിപത്യവിരുദ്ധമായ ആ പ്രക്രിയമൂലമാണ് 'ഭ്രാന്താലയം' എന്ന ആരോപണം കേരളത്തെക്കുറിച്ച് മഹാന്മാർ പോലും ഉന്നയിച്ചത്.

ഈ അടിത്തറയിൽ നിന്നാണ് അദ്ദേഹം ആധുനിക വിദ്യാഭ്യാസദർശനത്തിലേക്ക് കടക്കുന്നത്. സ്വാഭാവികമായും നവോത്ഥാന നായ

കന്മാരെക്കുറിച്ച് അദ്ദേഹം ഓർമ്മിക്കുന്നു. വിദ്യാഭ്യാസവും സമൂഹവും തമ്മിലുള്ള ബന്ധം എത്ര അവിഭാജ്യമാംവിധം ദൃഢമാണെന്ന് ഇവിടെ അദ്ദേഹം വെളിപ്പെടുത്തുന്നു.

'വിദ്യകൊണ്ട് പ്രബുദ്ധരാവുക' എന്ന ആശയത്തിലൂടെ 'സംഘടനകൊണ്ട് ശക്തരാകുവിൻ' എന്ന ആശയത്തിൽ എത്തുമ്പോൾ കേരള മനസ്സ് ഇളകി മറിയുകയായിരുന്നു എന്ന നിരീക്ഷണം ഈ പശ്ചാത്തലത്തിൽ മർമ്മ സ്പർശിയാണ്. അതിൽ നിന്നാണ് വിദ്യാഭ്യാസ പരിഷ്കരണത്തിന് വിഘാതമായിത്തീർന്നത്, ഫ്യൂഡൽ വ്യവസ്ഥിതിയുടെയും കൊളോണിയൽ താല്പര്യങ്ങളുടെയും ഇടപെടലാണെന്ന കണ്ടെത്തൽ അദ്ദേഹം അവതരിപ്പിക്കുന്നത്. അതൊരു പുതിയ കണ്ടെത്തലല്ല. 1957 ലെ ഇ എം എസ് സർക്കാർ അതു കണ്ടെത്തിയിരുന്നുവെന്ന് ശ്രീ. സി രവീന്ദ്രനാഥ് ഓർമ്മിക്കുന്നു. അന്ന് വിദ്യാഭ്യാസ മന്ത്രിയായിരുന്ന പ്രൊഫ. ജോസഫ് മുണ്ടശ്ശേരിയുടെ പൊതുവിദ്യാഭ്യാസം എന്ന ആശയം അതിൽ നിന്നാണ് ഉരുത്തിരിഞ്ഞുവന്നത്.

ഇപ്രകാരം വിദ്യാഭ്യാസരംഗത്ത് കൈവന്നതും, കൈവരേണ്ടതുമായ പരിവർത്തനങ്ങളെക്കുറിച്ച് രേഖാമാത്രമായി പ്രതിപാദിച്ചുകൊണ്ട് ശ്രീ. സി രവീന്ദ്രനാഥ് 'ബദൽ വിദ്യാഭ്യാസ നയം' എന്തെന്ന് വ്യക്തമാക്കുന്നു. ആ നയത്തിന്റെ ഉപജ്ഞാതാവ് എന്ന ബഹുമതി ഏറ്റവും അധികം അർഹിക്കുന്നത് അദ്ദേഹം തന്നെയാണെന്ന് ഞാൻ കരുതുന്നു. അദ്ദേഹത്തിന്റെ ബലത്തിന് ശ്രോതസ്സായിത്തീർന്നത് പിണറായി ഗവൺമെന്റാണെന്ന വസ്തുത വിസ്മരിക്കുന്നില്ല.

അദ്ദേഹത്തിന്റേത് ക്ലേശനിർഭരമായ പ്രവർത്തനത്തിന്റെ ചരിത്രം മാത്രമാണ്. പ്രസംഗങ്ങളും പ്രഖ്യാപനങ്ങളും കുറവാണ്. അതുകൊണ്ട് മാധ്യമങ്ങളിൽ അദ്ദേഹത്തെ ദുർല്ലഭമായേ കാണൂ. അണിയറയ്ക്കുള്ളിലിരുന്ന് അദ്ദേഹം ഏറ്റെടുക്കുന്ന ക്ലേശങ്ങളും തുടർന്നുപോരുന്ന രചനാത്മക പരിപാടികളും പരസ്യ പ്രഖ്യാപനങ്ങളെ അതിലംഘിക്കുന്നവയാണ്. വിദ്യാഭ്യാസ ഘടനയിൽ ചുരുങ്ങിയകാലംകൊണ്ട് അദ്ദേഹത്തിന്റെ നേതൃത്വത്തിൽ നടന്ന വിപ്ലവം, ആ പ്രവർത്തനത്തിന്റെ ഫലമാണ്.

വിദ്യാലയങ്ങൾ നേരിട്ടു സന്ദർശിക്കാനും, വിദ്യാലയവുമായി ബന്ധപ്പെട്ട എല്ലാ വിഭാഗക്കാരുമായി ആശയവിനിമയം നടത്താനും അദ്ദേഹം പ്രകടമാക്കിയ ഉത്സാഹം അഭിനന്ദനീയമാണ്. സ്വാഭാവികമായും അദ്ധ്യാപകരുമായാണ് അദ്ദേഹം ഏറ്റവുമധികം ഇടപഴകിയത്. ഇടപഴകുക എന്നുപറഞ്ഞാൽ, അവരുടെ വീക്ഷണവും, പരിചയ സമ്പന്നവുമായ പരിജ്ഞാനവും മനസ്സിലാക്കുക എന്നാണർത്ഥം. അതിന്റെ ഫലമായി നമ്മുടെ ചരിത്രത്തിൽ മുമ്പൊരിക്കലും ഉണ്ടാകാത്ത രീതിയിലുള്ള പരിവർത്തനമാണ്, അഥവാ വിപ്ലവമാണ് വിദ്യാഭ്യാസ മേഖലയിൽ സൃഷ്ടിച്ചിട്ടുള്ളത്.

ബദൽ വിദ്യാഭ്യാസനയത്തിന് നാല് പ്രധാന ഘടകങ്ങളാണുള്ളതെന്ന് അദ്ദേഹം ചുരുക്കി പ്രതിപാദിക്കുന്നു. എന്തൊക്കെയാണെന്ന്

താഴെ കൊടുക്കുന്നു.

1. ഉല്പാദനം വർദ്ധിപ്പിക്കുക - സമ്പദ്ഘടനയുടെ അടിത്തറയാണ് ഉല്പാദന വർദ്ധനവ്. ജി ഡി പിയുടെ വളർച്ചയാണ് വികസനം അളക്കുന്നതിനുള്ള ഒരുപകരണം.
2. പൊതുമേഖലയുടെ ശാക്തീകരണം - ഉല്പാദന വർദ്ധനവിലൂടെയുണ്ടാകുന്ന സമ്പത്തിന്റെ നീതിപൂർവ്വകമായ വിതരണം ഇതിലൂടെയാണ് സംഭവിക്കുക. അസമത്വം ഇല്ലാതാക്കുക. സമ്പത്തിന്റെ വിതരണത്തിനുള്ള നല്ല ഉപകരണമാണ് പൊതുമേഖല. അതുകൊണ്ട് പൊതുമേഖലയുടെ ശാക്തീകരണം അനുപേക്ഷണീയമാണ്. അത് പരിവർത്തനത്തിന്റെ പ്രധാനപ്പെട്ട അജണ്ടയുമാണ്.
3. പാരിസ്ഥിതികമായ സന്തുലനം - ഉല്പാദനം വർദ്ധിപ്പിക്കുന്നത് സന്തുലനം നിലനിർത്തിക്കൊണ്ടായിരിക്കണമെന്ന് ബദൽ വികസന നയം കരുതുന്നു. എങ്കിൽ മാത്രമേ ഉല്പാദന വർദ്ധനവ് ശാശ്വതമാവുകയുള്ളൂ.
4. സാമൂഹികമായ സ്വസ്ഥത - വികസനത്തിലെ സാംസ്കാരികമായ വശമിതാണ്. മതനിരപേക്ഷ മനസ്സായിരിക്കും ബദൽ വികസനത്തിന്റെ സുപ്രധാന സാംസ്കാരിക ഉല്പന്നം. സുസ്ഥിര വികസനം കേവലമായ വികസനം മാത്രമല്ല, ജനകീയ ചെറുത്തുനില്പുകൂടിയാണെന്ന് തിരിച്ചറിയണം.

ഇപ്രകാരം അക്കമിട്ട് വിവരിച്ചിരിക്കുന്ന പ്രധാന ഘടകങ്ങൾ വിദ്യാഭ്യാസ മേഖലയിൽ നടപ്പാക്കുന്നതിനുള്ള പരിശ്രമമാണ് ഇതുവരെ നമ്മുടെ വിദ്യാഭ്യാസ വകുപ്പ് നിരന്തരം നടത്തിക്കൊണ്ടിരുന്നത്. ആവർത്തിക്കട്ടെ, മനുഷ്യരെ പുതിയ മനുഷ്യരാക്കി മാറ്റുന്ന സാമൂഹിക പ്രക്രിയയാണ് വിദ്യാഭ്യാസം എന്ന തത്ത്വം പ്രായോഗിക തലത്തിൽ കൊണ്ടുവരുന്നതിനുള്ള യജ്ഞമാണ് വിദ്യാഭ്യാസ വകുപ്പ് തുടർന്നുവരുന്നത്. അതോടൊപ്പം ആധുനിക യുഗത്തിന്റെ സവിശേഷതയായ ആഗോള വീക്ഷണത്തിന് ആ മാറ്റത്തിൽ പ്രായോഗികമായ സ്ഥാനം നല്കാനും ഗവൺമെന്റ് പ്രത്യേകമായി ശ്രദ്ധിക്കുന്നു. 'വൈജ്ഞാനിക മാനവിക ചക്രവാളങ്ങളിൽ പ്രകാശ ഗോപുരമായി കേരള ജനത നില്ക്കണം' എന്ന ആദർശം ഈ പരിഷ്കരണത്തിൽ ഉടനീളം വീക്ഷിച്ചുപോരാൻ ഗവൺമെന്റ് മറന്നില്ല.

തുടർന്ന് വിദ്യാഭ്യാസ രംഗത്ത് നടപ്പിലായ നാല് പദ്ധതികളെക്കുറിച്ച് ഗ്രന്ഥകാരൻ പ്രസ്താവിക്കുന്നു.

1. വിദ്യാലയങ്ങളുടെ ഭൗതിക സാഹചര്യങ്ങളുടെ ആധുനികവല്ക്കരണം
2. അക്കാദമിക സാഹചര്യങ്ങളുടെ ആധുനികവല്ക്കരണം.
3. ജനകീയവല്ക്കരണം
4. അദ്ധ്യാപക ശാക്തീകരണം

ഇവ ക്രമപ്രകാരം നടത്തുന്നതിൽ വിജയം വരിക്കുന്നതിന് സഹാ

യകമായത് ബദൽ സാമ്പത്തിക നയം ആണന്ന് ഗ്രന്ഥകാരൻ തുറന്ന് പറയുന്നു. അതിൽ ഏറ്റവും പ്രധാനപ്പെട്ടത് 'കിഫ്ബി' തന്നെ. ഖജനാവുകൾ ശുഷ്കിച്ച് പോയ സാഹചര്യത്തിൽ കിഫ്ബിയാണ് അടിയന്തരമായ സഹായത്തിനെത്തിയത്. ധനമന്ത്രി ഡോ. തോമസ് ഐസക് നടപ്പാക്കിയ സാമ്പത്തിക ബദലിന്റെ ഭാഗമാണ് കിഫ്ബിയെന്ന് പ്രത്യേകം പറയേണ്ടതില്ല.

എന്തെല്ലാം പരിഷ്കാരങ്ങൾ ചുരുങ്ങിയ കാലത്തിനകം സത്വരമായി ചെയ്തു തീർത്തുവെന്ന് സംക്ഷിപ്തമായി ഗ്രന്ഥകാരൻ പ്രതിപാദിക്കുന്നു. ഏതൊരാൾക്കും വായിച്ച് മനസ്സിലാക്കാൻ പറ്റുന്ന രീതിയിലാണ് പ്രതിപാദനം. മുകളിൽ പ്രസ്താവിച്ച രീതിയിലുള്ള പരിഷ്കാരങ്ങൾ ഇന്നത്തെ വിദ്യാഭ്യാസ രംഗത്ത് സാക്ഷാത്കൃതമായിരിക്കുന്നു. അതുമൂലം ലോകത്തിന് മാതൃകയായി ചൂണ്ടിക്കാണിക്കാവുന്ന ഒരു സംസ്ഥാനമായി കേരളം എങ്ങനെ വളർന്നിരിക്കുന്നുവെന്ന് വസ്തുതകളുടെ പിൻബലത്തോടുകൂടി യുക്തിബദ്ധമായി, സമർത്ഥിക്കാൻ ഗ്രന്ഥകാരന് കഴിഞ്ഞിരിക്കുന്നു.

ഓരോ കേരളീയനും ശ്രദ്ധയോടുകൂടി വായിച്ചുമനസ്സിലാക്കേണ്ട ഒരു ഗ്രന്ഥമാണിതെന്ന് പറയാൻ എനിക്ക് തെല്ലും സങ്കോചമില്ല. പല തരം വാഗ്ദാനങ്ങൾ സമർപ്പിച്ചുകൊണ്ടാണ് പിണറായി ഗവൺമെന്റ് അധികാരത്തിൽ വന്നത്. ആ വാഗ്ദാനങ്ങൾ സമർപ്പണ ബുദ്ധിയോടുകൂടി നടപ്പാക്കുന്നതിനുള്ള കഠിന പരിശ്രമം ഗവൺമെന്റ് ഇന്നുവരെ നിർവ്വഹിച്ചുകൊണ്ടിരിക്കുകയും ചെയ്തു. നിക്ഷിപ്ത താല്പര്യക്കാരും പ്രതിലോമകാരികളും എന്തെല്ലാം ദുരാരോപണങ്ങൾ ഉന്നയിച്ചാലും ആ ആരോപണങ്ങളെല്ലാം നിഷേധിക്കുന്ന യാഥാർത്ഥ്യം ഗവൺമെന്റിന്റെ പരിശ്രമഫലമായി ജനങ്ങൾ കൺമുമ്പിൽ കാണുന്നു. സ്വന്തം കണ്ണുകൊണ്ട് കാണുന്നത് വിശ്വസിക്കാതിരിക്കാൻ പറ്റുമോ? ദോഷൈകദൃക്കുകൾക്ക് കുറ്റാരോപണങ്ങൾ ഇനിയും ആവർത്തിക്കാവുന്നതാണ്. എന്നാൽ ശുദ്ധമാനസരായ സാധാരണ ജനങ്ങൾ കബളിപ്പിക്കപ്പെടാൻ പോകുന്നില്ല.

ആ സത്യം സംക്ഷിപ്തമായി എന്നാൽ വാചാലമായി വിളംബരം ചെയ്യുന്ന ഒരു രേഖയാണ് *നമ്മുടെ വിദ്യാലയങ്ങൾ മാറിയ കഥ* എന്ന ഈ ലഘു ഗ്രന്ഥം. വിദ്യാഭ്യാസ മേഖലയെ കേന്ദ്രീകരിച്ചാണ് പ്രതിപാദനമെങ്കിലും ഇതര മേഖലകളിലെ നവീകരണത്തെയും ഈ ഗ്രന്ഥം സാകല്യേന സ്പർശിക്കുന്നു. അതെ, ഇതിന് രൂപം നല്കിയ വിദ്യാഭ്യാസ മന്ത്രി ശ്രീ. സി രവീന്ദ്രനാഥിന്റെ നിശ്ശബ്ദമായ സേവനത്തിന്റെ മുന്നിൽ ശിരസ്സുനമിച്ചുകൊണ്ട് ഈ ഗ്രന്ഥം വായനക്കാരുടെ മുമ്പാകെ സമർപ്പിച്ചുകൊള്ളുന്നു.

പ്രൊഫ. എം കെ സാനു

ഭാഗം 1
ചരിത്രവും വർത്തമാനവും

കേരള വിദ്യാഭ്യാസത്തിന്റെ ചരിത്രം

വിശ്വസാഹിത്യകാരന്മാരോ ദാർശനികരോ വിദ്യാഭ്യാസ വിചക്ഷണരോ ചിന്തകരോ വിഭാവനം ചെയ്ത വിദ്യാഭ്യാസ സങ്കല്പങ്ങളല്ല നൂറ്റാണ്ടുകൾക്ക് മുൻപ് കേരളത്തിൽ ഉണ്ടായിരുന്നതെന്ന് ചരിത്രത്തിന്റെ ലളിതപഠനത്തിലൂടെ തന്നെ ബോദ്ധ്യമാകും.

ജനാധിപത്യപ്രക്രിയയിലൂടെ മനുഷ്യരെ പുതിയ മനുഷ്യരാക്കി മാറ്റുന്ന സാമൂഹിക പ്രക്രിയയാണ് വിദ്യാഭ്യാസമെന്ന മഹത്തായ ആശയം ഒരിക്കലും പ്രാവർത്തികമാക്കാത്ത പ്രദേശമായിരുന്നു പഴയ കേരളം. അതിന്റെ കാരണമെന്താണെന്ന് പരിശോധിക്കാം.

ജാതികേന്ദ്രീകൃതമായിരുന്നു അക്കാലത്ത് കേരളത്തിൽ നിലനിന്നിരുന്ന വ്യവസ്ഥിതി. അതിനാൽ ഏതു ചോദ്യം ചോദിച്ചാലും ഉത്തരം ജാതി പറയുന്ന ഒരു ദുരവസ്ഥ നിലനിന്നിരുന്നു. ആർക്കാണ് വിദ്യാഭ്യാസം എന്ന ചോദ്യത്തിനും ഉത്തരം പറഞ്ഞിരുന്നത് ജാതിയാണ്, ഇതിലൂടെ ബഹുഭൂരിപക്ഷം ജനങ്ങളും വിദ്യാലയങ്ങൾക്ക് പുറത്തായിരുന്നു. ചുരുക്കത്തിൽ ബഹുഭൂരിപക്ഷം വിദ്യാർത്ഥികളും മുഖ്യധാരയിൽ നിന്ന് പാർശ്വവല്ക്കരിക്കപ്പെട്ടിരുന്നു. അവർക്ക് അറിവിന്റെ ലോകം അന്യമായിരുന്നു. പക്ഷേ, ചെറിയൊരു വിഭാഗം ജനങ്ങൾ വിദ്യാഭ്യാസത്തിന്റെ സമസ്ത തലങ്ങളിലും നിറഞ്ഞു നില്ക്കുകയും ചെയ്തിരുന്നു. ഈ പ്രത്യേകത മൂലം അറിവിന്റെ ലോകത്ത് അസമത്വം സൃഷ്ടിക്കപ്പെട്ടിരുന്നു. അറിവിനെ ആയുധമാക്കിക്കൊണ്ട് ഉപരിവർഗ്ഗം മറ്റുള്ളവരെ പുറന്തള്ളിയിരുന്നു; ജനാധിപത്യവിരുദ്ധമായിരുന്നു ആ വിദ്യാഭ്യാസ പ്രക്രിയ. പാവപ്പെട്ട മനുഷ്യർ വിദ്യാഭ്യാസരംഗത്തെ ചൂഷണത്തിന് വിധേയമാക്കപ്പെട്ടിരുന്നു എന്നർത്ഥം. വിദ്യാഭ്യാസത്തിന്റെ ദാർശനിക ചിന്തകളിലൊന്നും ഇത്തരം അശാസ്ത്രീയ സമീപനങ്ങൾ കാണുവാൻ കഴിയില്ല. വിദ്യാഭ്യാസത്തിന്റെ

വികല ചിന്തകൾ സൃഷ്ടിച്ച ഈ അസമത്വം വികസനത്തിന്റെ ഏറ്റവും വലിയ തടസ്സമായി നിലകൊണ്ടു. സമൂഹത്തിലെ മുഴുവൻ ജനങ്ങളുടെയും ആശയപരവും കായികപരവുമായ സംഭാവനകളില്ലാത്ത വികസനം അശാസ്ത്രീയവും അമാനുഷികവുമാണ്. അതുകൊണ്ടുതന്നെയായിരിക്കാം ഭ്രാന്താലയം എന്ന ആരോപണം തന്നെ ഉണ്ടായത്. വികസനത്തെ സ്വാതന്ത്ര്യവുമായിട്ടാണ് ദാർശനികർ (അമർത്ത്യാസെന്നടക്കം) താരതമ്യപ്പെടുത്തിയിട്ടുള്ളത്. വിദ്യാനിഷേധം വികസനനിഷേധമാണ് എന്ന് കേരള ചരിത്രം വ്യക്തമാക്കുന്നു. ജനകീയതയ്ക്കു പകരം ഒരു വർഗ്ഗത്തിന്റെ (അധീശവർഗ്ഗം) ആധിപത്യത്തിന് അത് വഴിയൊരുക്കി. വിദ്യാഭ്യാസത്തിന്റെ സമഗ്രതയുടെ നഷ്ടം മാനവികതയുടെ നഷ്ടമായി തീരുന്നു എന്ന് കേരളം തിരിച്ചറിഞ്ഞത് നൂറ്റാണ്ടുകൾക്ക് ശേഷമാണ്.

അന്നത്തെ വ്യവസ്ഥിതിക്കാവശ്യമായ ആശയോല്പാദനവും അതിനുപൂരകമായ തലമുറകളെയും വളർത്തിയെടുക്കുക എന്നതായിരുന്നു വിദ്യാഭ്യാസത്തിന്റെ ലക്ഷ്യം. അതുകൊണ്ടുതന്നെ പുരോഗമനചിന്തകൾ ഉല്പാദിപ്പിക്കുവാൻ പൊതുവിൽ ബുദ്ധിമുട്ടായിരുന്നു. സമൂഹത്തിന്റെ പുരോഗതിക്ക് ആവശ്യമായത് വിമർശനപരമായ ചിന്തകളാണ്. അത്തരം ചിന്തകളിലൂടെയാണ് ലോകരാജ്യങ്ങളിലാകെ പുരോഗമനം ഉണ്ടായിട്ടുള്ളത്. ഇത്തരം നവീന ചിന്തകൾ സമൂഹത്തിന്റെ എല്ലാ മേഖലകളിൽ നിന്നും ഉയർന്നുവരേണ്ടതാണ്. ജനകീയാശയോല്പാദനമാണ് സമഗ്ര പുരോഗതിയുടെ ഭൂമിക എന്ന ആശയം മറന്ന പ്രദേശമാണ് പഴയ കേരളം.

പിന്നീട് കേരളീയ വിദ്യാഭ്യാസത്തിൽ കൊളോണിയൽ സ്വാധീനം വർദ്ധിച്ചു. അത് വിദ്യാഭ്യാസത്തിലും പ്രതിഫലിച്ചു. അങ്ങനെ കൊളോണിയൽ വിദ്യാഭ്യാസത്തിന്റെ അംശങ്ങൾ പതുക്കെ പതുക്കെ നമ്മുടെ വിദ്യാഭ്യാസമേഖലയിലേക്ക് സംക്രമിച്ചുതുടങ്ങി. ഇത് മറ്റൊരു മാറ്റത്തിന് വഴിതെളിയിച്ചു. സമഗ്രവിദ്യാഭ്യാസം എന്ന സങ്കല്പം യാഥാർത്ഥ്യമാക്കുവാൻ പറ്റാത്ത ഒരന്തരീക്ഷം മറ്റൊരർത്ഥത്തിൽ കൂടി സൃഷ്ടിക്കപ്പെട്ടു. ഇംഗ്ലീഷ് ഭാഷയുടെ സ്വാധീനം വർദ്ധിച്ചു. കൊളോണിയൽ സാമ്രാജ്യത്വ താല്പര്യ സംരക്ഷണത്തിനുവേണ്ടി തലമുറകളെ വികസിപ്പിച്ചെടുക്കുക എന്നതായിരുന്നു കൊളോണിയൽ വിദ്യാഭ്യാസത്തിന്റെ ലക്ഷ്യം. അധീശവർഗ്ഗ താല്പര്യങ്ങളുടെയും കൊളോണിയൽ താല്പര്യങ്ങളുടെയും സമ്മിശ്രമായി കേരള വിദ്യാഭ്യാസം മാറി. ഈ രീതിശാസ്ത്രത്തിലും ദളിത്, അവശ, അദ്ധ്വാനിക്കുന്ന വിഭാഗങ്ങൾ മുഖ്യധാരയിൽ നിന്ന് അകറ്റപ്പെട്ടു. തലമുറകളെ വളർത്തിയെടുക്കുന്ന പ്രക്രിയയാണ് വിദ്യാഭ്യാസം എന്നതിനാൽ ഫ്യൂഡൽ, കൊളോണിയൽ വിദ്യാഭ്യാസത്തിന് കേരള ജനതയുടെ യഥാർത്ഥ സാദ്ധ്യതകളെ (Absolute Potential) വികസിപ്പിക്കുവാൻ കഴിഞ്ഞില്ല. കേരളസമൂഹത്തിന്റെ സന്തുലിതമായ വികസനത്തിന് തടസ്സമായിരുന്നത് ഈ വിദ്യാഭ്യാസരീതി ആയിരുന്നു. ഒരു ആവാസവ്യവസ്ഥയിലെ സാദ്ധ്യതകളെ മുഴുവൻ വികസിപ്പിക്കുവാ

നുള്ള ആശയോല്പാദനവും മനുഷ്യശേഷി വികസനവുമായിരിക്കണം വിദ്യാഭ്യാസത്തിന്റെ സാമൂഹിക ലക്ഷ്യം.

ഈ പ്രതിസന്ധി തിരിച്ചറിഞ്ഞതുകൊണ്ടാണ് നവോത്ഥാനനായകന്മാർ ക്രിയാത്മകമായി ഇടപെട്ടത്. പ്രതിലോമ സംസ്കാരത്തിൽ നിന്നും പുരോഗമനസംസ്കാരത്തിലേക്കുള്ള മാറ്റമാണ് നവോത്ഥാനം. പ്രതിലോമ സംസ്കാരങ്ങളുടെ ഭൂമികയിൽ നിന്നുകൊണ്ടാണ് ദാർശനികരും ചിന്തകരും കവികളും സാഹിത്യകാരന്മാരും നവചിന്തകൾ സമൂഹത്തിന്റെ മുന്നിൽ അവതരിപ്പിച്ചത്. അരിസ്റ്റോട്ടിലും പ്ലാറ്റോയും അടക്കം വിശ്വദാർശനികർ സാമൂഹ്യചിന്തകളെ ഉണർത്തുന്നതിന്റെ ചരിത്രം പഠിച്ചാൽ ഇത് വ്യക്തമാകും. ഇത്തരം നവചിന്തകൾ സാമൂഹികമായി അപഗ്രഥനം ചെയ്യുമ്പോഴാണ് സാമൂഹികമാറ്റങ്ങൾക്ക് വഴിയൊരുങ്ങുന്നത്. അദ്ധ്വാനിക്കുന്നവർ അദ്ധ്വാനിച്ചാൽ മാത്രം മതി, ചിന്തിക്കുവാനും ഭരിക്കുവാനും മറ്റൊരു വർഗ്ഗമുണ്ട് എന്ന മൗലിക ചിന്തയെ മറികടന്ന ദാർശനിക ചിന്തയാണ് ലോകത്തെ എല്ലാ രാജ്യങ്ങളിലേയും നവോത്ഥാനങ്ങൾക്ക് വഴിയൊരുക്കിയത്. യൂറോപ്യൻ നവോത്ഥാനത്തിൽനിന്നും വ്യത്യസ്തമാണ് കേരള നവോത്ഥാനം. കേരള നവോത്ഥാനം സമഗ്രമാണ്, സർവ്വതല സ്പർശിയാണ്.

ശ്രീനാരായണഗുരു, അയ്യങ്കാളി, വക്കം മൗലവി, ചാവറയച്ചൻ, അയ്യാവൈകുണ്ഠ സ്വാമികൾ, ചട്ടമ്പിസ്വാമികൾ, സഹോദരൻ അയ്യപ്പൻ, വാഗ്ഭടാനന്ദൻ തുടങ്ങിയ നവോത്ഥാന നായകന്മാർ കേരളത്തിന്റെ ഫ്യൂഡൽ കൊളോണിയൽ വിദ്യാഭ്യാസത്തിൽ മാറ്റം വേണം എന്ന നിർദ്ദേശം ജനങ്ങളുടെ മുന്നിൽ അവതരിപ്പിച്ചു. അതിനുമുൻപും സാഹിത്യ, സാംസ്കാരിക മണ്ഡലങ്ങളിൽ നിന്ന് ഇത്തരം ചിന്തകൾ ഉണ്ടായിട്ടുണ്ടെങ്കിലും പൂർണ്ണമായും സ്വീകരിക്കപ്പെടുകയോ സ്വാധീനിക്കപ്പെടുകയോ ചെയ്തില്ല. പക്ഷേ, ശ്രീനാരായണ ഗുരു നേതൃത്വം നല്കിയ നവോത്ഥാനത്തിന് കേരള വിദ്യാഭ്യാസ സങ്കല്പത്തെ മാറ്റി മറിക്കുവാൻ കഴിഞ്ഞു.

'വിദ്യകൊണ്ട് പ്രബുദ്ധരാകുവിൻ' എന്ന ആശയത്തിലൂടെ "സംഘടനകൊണ്ട് ശക്തരാകുവിൻ" എന്ന ആശയത്തിലെത്തുമ്പോൾ കേരളമനസ്സ് ഇളകി മറിയുകയായിരുന്നു. വിദ്യാഭ്യാസം ആർക്കും നിഷേധിക്കപ്പെടരുത് എന്ന മഹത്തായ ജനകീയ ആശയം ഉല്പാദിപ്പിക്കപ്പെട്ടപ്പോൾ ചിന്തകൾ പുതുതലങ്ങൾ തേടി പോയിത്തുടങ്ങി. ഇത്തരം ചിന്തകളുടെ സമഷ്ടിയിലാണ് നവോത്ഥാനത്തിന് തിരി കൊളുത്തിയത്. "ജാതി ഏതായാലും മനുഷ്യൻ നന്നായാൽ മതി" എന്ന ചിന്ത കൂടി കൂട്ടിച്ചേർക്കപ്പെട്ടപ്പോൾ ജാതികേന്ദ്രീകൃത വ്യവസ്ഥക്കെതിരെ മലയാള മനസ്സ് ഉണർന്നു. ഞങ്ങടെ മക്കളെ പഠിപ്പിച്ചില്ലെങ്കിൽ ഞങ്ങൾ കൃഷി ചെയ്യില്ല എന്ന അയ്യങ്കാളിയുടെ ആശയം നവോത്ഥാനത്തെ ഉല്പാദനമേഖലയുമായി ബന്ധപ്പെടുത്തി. ഇതുമായി ബന്ധപ്പെട്ട് ഉയർന്നുവന്ന സമരശബ്ദങ്ങൾക്ക് സാമ്രാജ്യത്വത്തിനെതിരായ സാംസ്കാരിക ഉണർവ്വ് കൈവരിക്കുന്നതിനും ഒപ്പം കൊളോണിയൽ വിദ്യാഭ്യാസത്തിന്റെ സങ്കല്പങ്ങൾക്കെതിരായ മനസ്സു

കളെ ഉല്പാദിപ്പിക്കുന്നതിനും കഴിഞ്ഞു. ചുരുക്കത്തിൽ നവോത്ഥാനവും സ്വാതന്ത്ര്യസമരവും പുരോഗമനരാഷ്ട്രീയ ചിന്തകളും കേരളത്തിന്റെ പഴയ വിദ്യാഭ്യാസ സങ്കല്പങ്ങളെ ഇല്ലാതാക്കുവാനും പുതിയൊരു വിദ്യാഭ്യാസരീതി, തനതായ രീതി ഉണ്ടാക്കുവാനും പശ്ചാത്തലമൊരുക്കി. വിദ്യാഭ്യാസം ജനകീയമാകണമെന്നും അതിന്റെ ഗുണം സമൂഹത്തിലെ എല്ലാവർക്കും ഒരുപോലെ ലഭിക്കണമെന്നും ഉള്ള ആശയം ഉണ്ടായതിന്റെ ലഘു ചരിത്രം ഇതാണ്. ഇതാണ് കേരളത്തിന്റെ തനത് വിദ്യാഭ്യാസ സംസ്കാരത്തിന്റെ സാംസ്കാരിക ഭൂമിക.

ആശയലോകത്ത് ഈ മാറ്റങ്ങൾ ഉണ്ടായെങ്കിലും അത് പ്രാവർത്തികമാക്കുവാൻ പല തടസ്സങ്ങളും ഉണ്ടായിരുന്നു. അതിൽ പ്രധാനപ്പെട്ടത് ഫ്യൂഡൽ വ്യവസ്ഥിതിയുടെ തുടർച്ച തന്നെയാണ്. 1947 ആഗസ്ത് 15 ന് ഇന്ത്യ സ്വാതന്ത്ര്യം നേടിയപ്പോൾ കൊളോണിയൽ താല്പര്യങ്ങളുടെ നേരിട്ടുള്ള ഇടപെടൽ ഇല്ലാതായി. പക്ഷേ, പരോക്ഷ സ്വാധീനം നിലനിന്നു. ജാതിചിന്തകളെ കുറെയൊക്കെ ഇല്ലാതാക്കുവാൻ നവോത്ഥാന ആശയങ്ങൾക്കും അയിത്തത്തിനെതിരായ സമരങ്ങൾക്കും സാംസ്കാരിക സന്ദേശങ്ങൾക്കും കഴിഞ്ഞു. എങ്കിലും ചില അംശങ്ങൾ അപ്പോഴും ബാക്കി നിന്നു. ചുരുക്കത്തിൽ കൊളോണിയൽ സ്വാധീനത്തിന്റെയും ജാതി കേന്ദ്രീകൃത വ്യവസ്ഥയുടെയും അംശങ്ങളും ഫ്യൂഡൽ വ്യവസ്ഥിതി അപ്പാടെയും ആധുനിക വിദ്യാഭ്യാസത്തിന് തടസ്സമായി നില്ക്കുന്നുണ്ടായിരുന്നു.

ഈ ആശയപരിസരത്തിലാണ് 1957 ലെ സ. ഇ എം എസ് സർക്കാർ മുന്നോട്ടുവച്ച ഭൂപരിഷ്കരണം എന്ന ആശയത്തിന്റെ പ്രസക്തി വരുന്നത്. ഫ്യൂഡൽ സംസ്കാരത്തിന്റെ ശിഥിലീകരണം സാദ്ധ്യമാക്കുമ്പോൾ മാത്രമാണ് പുരോഗമന വിദ്യാഭ്യാസത്തിന് വഴിയൊരുങ്ങുക. പിന്നീട് ഭൂപരിഷ്കരണം യാഥാർത്ഥ്യമായി (പരിമിതികൾ ഒന്നും വിസ്മരിക്കുന്നില്ല). തുടർന്നാണ് നവോത്ഥാനം വിഭാവനം ചെയ്ത പൊതുഇടസൃഷ്ടിയുടെ പ്രസക്തി വരുന്നത്. അങ്ങനെയാണ് 1957 ലെ സർക്കാരിന്റെ വിദ്യാഭ്യാസ മന്ത്രിയായിരുന്ന പ്രൊഫ. ജോസഫ് മുണ്ടശ്ശേരിയുടെ പൊതു വിദ്യാഭ്യാസം എന്ന ആശയവും പ്രസക്തമാകുന്നത്. അങ്ങനെയാണ് അറിവിന്റെ സമാഹരണത്തിന്റെയും ഉല്പാദനത്തിന്റെയും വിനിമയത്തിന്റെയും പൊതു ഇടങ്ങൾ സൃഷ്ടിക്കപ്പെടുന്നത്. പൊതുവിദ്യാഭ്യാസമെന്ന ജനകീയ വിദ്യാഭ്യാസത്തിന്റെ രീതിശാസ്ത്രം വികസിക്കുന്നത് ഇപ്രകാരമാണ് എന്ന് ചുരുക്കം. പൊതു വിദ്യാഭ്യാസം സമ്പത്തിന്റെ നീതിപൂർവ്വകമായ വിതരണവും കൂടിയാണ്. എത്രകണ്ട് പാവപ്പെട്ടവനായാലും കുട്ടികളെ പഠിപ്പിക്കുവാൻ അവസരമുണ്ടാക്കുന്നു എന്നതാണ് പ്രധാന കാര്യം. അറിവ് ഒരു വിഭാഗത്തിന്റെ മാത്രമായിരുന്നു എന്ന അവസ്ഥ മാറുകയും അറിവ് സാമൂഹിക സ്വത്താണ് എന്ന സ്ഥിതി ഉണ്ടാകുകയും ചെയ്തപ്പോഴാണ് മതനിരപേക്ഷ ജനാധിപത്യവിദ്യാഭ്യാസം സാർത്ഥകമായത്. കേരളത്തെ ലോകത്തിന്റെ നെറുകയിലെത്തിച്ചത് ഈ വിദ്യാഭ്യാസ

സംസ്കാരമാണ്. അറിവിന്റെ സാമാന്യവല്ക്കരണം സൃഷ്ടിച്ച സാമൂഹിക ഉണർവ്വ് കൂടുതൽ അറിവുല്പാദനത്തിലേക്ക് നയിച്ചപ്പോൾ മറ്റ് പല മേഖലകളിലും കേരളം ലോകത്തിന് മാതൃകയായി മാറി. അങ്ങനെ അനന്യമായ ഒരു വിദ്യാഭ്യാസ മാതൃക ചരിത്രപരമായി നാം വികസിപ്പിച്ചെടുത്തു. പാർശ്വവല്ക്കരണമില്ലാത്ത ഒരു ജനതയുടെ സൃഷ്ടിയുണ്ടായത് ഇപ്രകാരമാണ്. വിദ്യാഭ്യാസത്തെ മൊത്തം ജനതയുടെ സംസ്കാരവുമായും ഉല്പാദനമേഖലയുടെ വളർച്ചയുമായും ബന്ധപ്പെടുത്തുവാനുള്ള തീവ്രമായ ശ്രമമാണ് കേരളത്തിന്റെ എല്ലാ നേട്ടങ്ങളുടെയും പിറകിലുള്ള ആശയപരിസരം.

ചരിത്രപരമായ നേട്ടങ്ങൾ

ചരിത്രപരമായി ഇത്തരത്തിൽ വളർന്നുവന്ന പൊതു വിദ്യാഭ്യാസം നേട്ടങ്ങളെയും കോട്ടങ്ങളെയും അഭിമുഖീകരിച്ചുവെങ്കിലും പൊതുവിൽ കേരളത്തിനു വലിയ നേട്ടമുണ്ടാക്കി. വിദ്യാഭ്യാസത്തിന്റെ സാർവ്വത്രികവല്ക്കരണത്തിന്റെ മറ്റൊരു നേട്ടമായി സമ്പൂർണ്ണ സാക്ഷരതയും കൈവരിച്ചു. അങ്ങനെ പ്രാഥമിക വിദ്യാഭ്യാസത്തിലും സാക്ഷരതയിലും ഇന്ത്യയിൽ മുന്നിൽ നില്ക്കുന്ന സംസ്ഥാനമായി കേരളം മാറി. പൊതുവിദ്യാഭ്യാസരംഗത്ത് സർക്കാർ സ്കൂളുകളും എയ്ഡഡ് സ്കൂളുകളും അംഗീകൃത അൺ എയ്ഡഡ് സ്കൂളുകളും അംഗീകാരം ലഭിച്ച സി ബി എസ് ഇ, ഐ സി എസ് ഇ സ്കൂളുകളും ഉണ്ടായി. ഇതുകൂടാതെ അംഗീകാരമില്ലാത്ത സ്കൂളുകളും ഉണ്ടായി എന്ന് വിസ്മരിച്ചുകൂട. പൊതുവിദ്യാഭ്യാസത്തിന് പരസ്പര പൂരകമല്ലാത്ത, വ്യത്യസ്തമായ പ്രവണതകളും വളർന്നുവന്നു എന്നത് ദുഃഖകരമാണ്. ഇത് പൊതുവിദ്യാഭ്യാസത്തെ തകർക്കുന്ന പ്രശ്നമാണ്. ഉന്നത വിദ്യാഭ്യാസ രംഗത്ത് സർക്കാർ കോളേജുകളും എയ്ഡഡ് കോളേജുകളും ഉണ്ടായി. ഒരു കാലഘട്ടത്തിൽ സ്വാശ്രയകോളേജുകൾ നിലവിൽ വന്നു. സർവ്വകലാശാലാരംഗത്ത് സർക്കാർ സംവിധാനങ്ങൾ മാത്രമാണ് ഉള്ളത്. ഇത്തരം സംവിധാനങ്ങളെല്ലാം സംസ്ഥാന സർക്കാരിൻകീഴിൽ വരുന്ന രീതിയിൽ നേരത്തെ വിദ്യാഭ്യാസം സ്റ്റേറ്റ് ലിസ്റ്റിൽ പെട്ടതായിരുന്നു. അതുകൊണ്ടുതന്നെ നിയന്ത്രണത്തിനുള്ള അധികാരവും അതത് സംസ്ഥാനങ്ങളിലെ ജനങ്ങളുടേതായിരുന്നു. പൊതുവിദ്യാഭ്യാസത്തിൽ പ്രാദേശിക പ്രസക്തിയും ആവാസ വ്യവസ്ഥയുടെ പ്രത്യേകതയും ചരിത്രപശ്ചാത്തലവും പ്രധാന ഘടകങ്ങളാണ്. ഇതെല്ലാം വച്ച് നോക്കുമ്പോൾ സ്റ്റേറ്റ് ലിസ്റ്റിൽ വിദ്യാഭ്യാസം വരുന്നത് നല്ലതായിരുന്നു എന്നു മാത്രമല്ല ഫെഡറൽ സംസ്കാരത്തിന് അനുഗുണവുമായിരുന്നു.

പക്ഷേ, പിന്നീട് 1976 ൽ വന്ന 42-ാം മത് ഭരണഘടനാ പരിഷ്കരണത്തിൽ വിദ്യാഭ്യാസം കേന്ദ്ര സംസ്ഥാന സർക്കാരുകളുടെ അധികാരത്തിൻകീഴിലാക്കി. അതായത് കൺകറന്റ് ലിസ്റ്റിലാക്കി. ഇത് കേരള

ത്തിന്റെ തനത് പൊതുവിദ്യാഭ്യാസത്തെ വളർത്തുന്നതിന് ചില തടസ്സങ്ങൾ സൃഷ്ടിച്ചു എന്ന് മാത്രമല്ല ചില അഖിലേന്ത്യാ നയങ്ങൾ പൊതുവിദ്യാഭ്യാസ സങ്കല്പത്തെ ഉലയ്ക്കുക കൂടി ചെയ്തു. വിദ്യാഭ്യാസം സ്റ്റേറ്റ് ലിസ്റ്റിൽ നിന്നുകൊണ്ട് കൂടുതൽ ജനകീയമാക്കുവാനും ആധുനികവല്ക്കരിക്കുവാനും ശ്രമിക്കുന്നുവെങ്കിൽ നമ്മുടെ വിദ്യാഭ്യാസരീതി ഏറ്റവും മാതൃകാപരവും ആധുനികവും ആകുമായിരുന്നു. മാത്രവുമല്ല ജനാധിപത്യവല്ക്കരണം കൂടുതൽ ഫലപ്രദമാക്കുവാനും മതനിരപേക്ഷ സംസ്കാരം ഏറ്റവും ശക്തമാക്കുവാനും പറ്റുമായിരുന്നു. ഈ ദിശയിലാണ് കേരളത്തിന്റെ പൊതുവിദ്യാഭ്യാസം മുന്നോട്ടു പോകേണ്ടിയിരുന്നത്. അത്തരത്തിൽ വിദ്യാഭ്യാസം മുന്നോട്ടുപോയിരുന്നെങ്കിൽ മാതൃഭാഷയിലൂടെയുള്ള വിദ്യാഭ്യാസത്തിന് കൂടുതൽ സാദ്ധ്യതയുണ്ടാകുകയും തനത് വിദ്യാഭ്യാസ ശൈലി വളർന്ന് ലോകമാതൃകയാകുകയും ചെയ്തേനെ. ചരിത്രപരമായ വളർച്ചയുടെ അനിവാര്യമായ തുടർച്ച ഈ ദിശയിൽ ആകേണ്ടതായിരുന്നു.

പക്ഷേ, ഇടയ്ക്ക് പൊതുവിദ്യാഭ്യാസരംഗത്ത് പല മൂല്യത്തകർച്ചകളും ഉണ്ടായി. ഇംഗ്ലീഷ് ഭാഷയോടുള്ള അടങ്ങാത്ത ആവേശവും പൊതുവിദ്യാഭ്യാസത്തെ ബാധിച്ചു. അനിവാര്യമായും ഉണ്ടാകേണ്ടിയിരുന്ന ആധുനികവല്ക്കരണവും തുടർച്ചയായ മോണിറ്ററിങ്ങും ആവശ്യത്തിനനുസരിച്ച് നടക്കാതെയും പോയി. ഭൗതികസാഹചര്യങ്ങളുടെ മെച്ചപ്പെടുത്തലിനാവശ്യമായ പണം നീക്കിവെക്കപ്പെടാത്തതിനാൽ പല വിദ്യാലയങ്ങളും അനാകർഷകമായി. അശാസ്ത്രീയമായ പല പരിഷ്കാരങ്ങളും പൊതുവിദ്യാഭ്യാസത്തെ പിറകോട്ടടുപ്പിച്ചു. അദ്ധ്യാപകപരിശീലനങ്ങളുടെ അപര്യാപ്തതകളും പ്രശ്നമായി. ചുരുക്കത്തിൽ ചരിത്രപരമായ വളർച്ചയുടെ ഗതിവേഗം വർദ്ധിപ്പിക്കുന്നതിനുപകരം ചില തിരിച്ചടികളാണ് ഉണ്ടായത്.

ഈയൊരു സാഹചര്യത്തിനിടെ പുതിയൊരു മാറ്റം കൂടി അഖിലേന്ത്യാതലത്തിൽ സംഭവിച്ചു. 1991 ൽ നവലിബറൽ സാമ്പത്തികനയം നടപ്പിലാക്കി. ഈ നയം പൊതുവിദ്യാഭ്യാസ സങ്കല്പത്തിന് തിരിച്ചടിയായി. നവലിബറൽ നയം (Neo Liberal Policy) സർക്കാരിന്റെ പിന്മാറ്റമാണ് ഉദ്ദേശിക്കുന്നത്. പൊതുമേഖല എന്നുള്ള ആശയത്തിന് ക്ഷതമേല്ക്കുന്നത് അങ്ങനെയാണ്. സർക്കാർ പിൻവാങ്ങുകയും കമ്പോളം അരങ്ങ് വാഴുകയും ചെയ്യുന്ന ഈ നയം എഴുപതുകളുടെ അവസാനം ലോകമാകെ നടപ്പിലാക്കപ്പെട്ട സാമ്രാജ്യത്വനയമാണ്. പൊതുമേഖലയെ നിരുത്സാഹപ്പെടുത്തുക മാത്രമല്ല സ്വകാര്യമേഖലയെ പ്രോത്സാഹിപ്പിക്കുക എന്നതുകൂടി ഈ നയത്തിന്റെ കേന്ദ്ര ആശയമാണ്. അതിന്റെ ഭാഗമായിട്ടാണ് സ്വാശ്രയവിദ്യാഭ്യാസമെന്ന സങ്കല്പം യാഥാർത്ഥ്യമാകുന്നത്. പൊതുമേഖലാവിദ്യാഭ്യാസത്തെ അക്ഷരാർത്ഥത്തിൽ പ്രതിസന്ധിയിലാക്കിയത് ഈ സമീപനമാണ്. കമ്പോള താല്പര്യങ്ങൾ വിദ്യാഭ്യാസ മേഖലയിലേക്ക് കടന്നുവന്നത് കേരളത്തിന് വൻതിരിച്ചടിയായി. കൂടു

തൽ പണം നല്കിയാൽ വിദ്യാഭ്യാസത്തിന് സാദ്ധ്യതയുണ്ട് എന്നുവന്നപ്പോൾ സാർവ്വത്രികവും സൗജന്യവുമായ പൊതുവിദ്യാഭ്യാസ സങ്കല്പങ്ങൾക്ക് മങ്ങലേല്ക്കുകയും പാർശ്വവല്ക്കരണത്തിന് കൂടുതൽ സാദ്ധ്യതയുണ്ടാകുകയും ചെയ്തു. അങ്ങനെ പൊതുമേഖലയ്ക്കൊപ്പം സ്വാശ്രയമേഖലയും വളർന്നുവന്നു. ഇത്തരത്തിൽ ഉണ്ടായ ഗണപരമായ മാറ്റം ഗുണത്തിന്റെ കുറവിലേക്കാണ് നയിച്ചത്. ചുരുക്കത്തിൽ പൊതുവിദ്യാഭ്യാസത്തിന്റെ ശാക്തീകരണവും ഗുണപരമായ മാറ്റവും പ്രതീക്ഷിച്ച ജനത നിരാശരാകുകയായിരുന്നു. മാത്രമല്ല കമ്പോളത്തിന്റെ സ്വാധീനം മറ്റു പല മൂല്യത്തകർച്ചയിലേക്കും നയിച്ചു. മദ്യത്തിന്റെയും മയക്കുമരുന്നിന്റെയും ഉപയോഗവും മറ്റ് പല അശാസ്ത്രീയപ്രവണതകളും വളർന്നു. അദ്ധ്യാപക-വിദ്യാർത്ഥിബന്ധങ്ങളും അദ്ധ്യാപക-സമൂഹബന്ധങ്ങളും ഗുണപരമല്ലാതായി. പല പൊതുവിദ്യാലയങ്ങളും പിടിച്ചു നില്ക്കുവാൻ കഴിയാതെ അടച്ചുപൂട്ടേണ്ടിവന്നു. മറ്റു പലതും കുട്ടികളില്ലാത്ത ഭീഷണിയെ നേരിട്ടു. അദ്ധ്യാപകർ അധികമാകുന്ന അവസ്ഥപോലും സൃഷ്ടിക്കപ്പെട്ടു. ഇംഗ്ലീഷ് വിദ്യാഭ്യാസതാല്പര്യംമൂലം മാതൃഭാഷാ പഠനം വെല്ലുവിളികളെ നേരിട്ടു. ഹൃദയം ഹൃദയത്തോടു സംസാരിക്കുന്ന ഭാഷയാണ് മാതൃഭാഷ. ആ ഭാഷയോടുള്ള ഗുണപരമല്ലാത്ത സമീപനംമൂലം വ്യക്തിയുടെ ഹൃദയത്തോടും സമൂഹത്തിന്റെ ഹൃദയത്തോടും സംസാരത്തിന്റെ ഊഷ്മളത നഷ്ടപ്പെട്ടു. അതിനാൽ തന്നെ സാമൂഹ്യബോധവും സാമൂഹിക പ്രതിബദ്ധതയും നഷ്ടപ്പെട്ടു. പൊതുവിദ്യാഭ്യാസത്തകർച്ച സാമൂഹിക ബന്ധങ്ങളുടെ ശൈഥില്യം വരെ എത്തി എന്നത് ഏറെ ചർച്ച ചെയ്യപ്പെട്ടിട്ടില്ല. സമഗ്രപഠനത്തിനുപകരം തൊഴിൽ മാത്രം തേടുന്ന കേവല പഠനമായി പരിണമിക്കുന്ന സംക്രമണഘട്ടത്തിലാണ് നാം നില്ക്കുന്നത്. തൊഴിൽ ശേഷിയുടെ വികസനത്തിനൊപ്പം മനസ്സിന്റെ പൂർണ്ണവികസനവും സാദ്ധ്യമാകണം.

യാന്ത്രികപഠനം, കമ്പോളസ്വാധീനം തുടങ്ങിയ ആശയപരിസരത്ത് വളർന്നുവന്ന വൻഭീഷണിയാണ് വർഗ്ഗീയത. ജാതിചിന്തകളെ തമസ്കരിച്ച കേരളം അവയെ വീണ്ടും ആശ്ലേഷിക്കുന്ന അവസ്ഥ ഉണ്ടായത് നവോത്ഥാനത്തോടുള്ള വെല്ലുവിളികൂടിയാണ്. മതനിരപേക്ഷ വിദ്യാഭ്യാസത്തിന്റെ ആശയതലങ്ങൾ കൂടുതൽ പുഷ്കലമാക്കേണ്ട സംസ്ഥാനത്ത് വർഗ്ഗീയ ചിന്തകൾ വളരുന്നത് അപകടവും ഭീതിജനകവുമാണ്. ജാതി ഏതായാലും മനുഷ്യൻ നന്നായാൽ മതിയെന്ന ഗുരുവാക്യങ്ങൾ അന്വർത്ഥമാക്കാൻ ശ്രമിച്ചതിന്റെ ഗുണഫലങ്ങൾ അനുഭവിച്ചറിഞ്ഞ ഒരു ജനത അതിനെ കൂടുതൽ സ്വാർത്ഥകമാക്കുകയാണ് വേണ്ടത്. എങ്കിൽ മാത്രമേ ദേശീയതലത്തിൽ വളർന്നുവരുന്ന വിദ്യാഭ്യാസത്തിന്റെ വർഗ്ഗീയവല്ക്കരണം എന്ന അജണ്ടയെ ചെറുത്തുതോല്പിക്കുവാൻ കഴിയൂ. ഏതായാലും ആഗോള, ദേശീയ വിദ്യാഭ്യാസ മേഖലകൾ കേരളത്തിൽനിന്നും ഒരു യഥാർത്ഥ ബദൽ പ്രതീക്ഷിക്കുന്നു എന്നതാണ് വസ്തുത. അത് മതനിരപേക്ഷ വിദ്യാഭ്യാസമാണ്.

നവോത്ഥാന മൂല്യങ്ങൾ ഉയർത്തിപ്പിടിച്ചുകൊണ്ട്, കുട്ടികളുടെ സമസ്തകഴിവുകളുടെയും പൂർണ്ണത ലക്ഷ്യമിട്ടുകൊണ്ട് മനുഷ്യരെ മനുഷ്യരാക്കുന്ന വിദ്യാഭ്യാസത്തിനുവേണ്ടി കാലം ആവശ്യപ്പെടുന്ന ഘട്ടത്തിലാണ് പൊതുവിദ്യാഭ്യാസ സംരക്ഷണ യജ്ഞം ആരംഭിക്കുന്നത്. ഇതിൽ വിദ്യാഭ്യാസത്തെ നയിക്കുന്നത് കേരളത്തിലെ ജനങ്ങളാണ് എന്നതാണ് ഏറ്റവും പ്രധാന പ്രത്യേകത. സംവാദാത്മക ക്ലാസുമുറി ഒരുക്കുന്നതിലൂടെ ഉദ്ദേശിക്കുന്നത് സംവാദം ചെയ്യുവാൻ ശീലിക്കുന്ന പൗരന്മാരെ വളർത്തിയെടുക്കുവാനാണ്. വിവരശേഖരണത്തിലൂടെ സമ്പാദിക്കുന്ന അറിവിനെ വിജ്ഞാനത്തിന്റെ തലത്തിലേക്കുയർത്തുന്ന ധൈഷണികതയുടെ ഉപകരണം സംവാദമാണ്. ക്രിയാത്മകവും ചലനാത്മകവുമായ വിദ്യാഭ്യാസം എന്ന അനന്യമായ വിദ്യാഭ്യാസ സങ്കല്പം യാഥാർത്ഥ്യമാക്കുവാനാണ് ജനകീയ വിദ്യാഭ്യാസത്തിന് രൂപകല്പന ചെയ്തത്.

ഇപ്പോൾ ജനകീയ വിദ്യാഭ്യാസത്തിന് ഭീഷണിയായി പുതിയ വിദ്യാഭ്യാസ നയവും കേന്ദ്ര സർക്കാർ അംഗീകരിച്ചു. NEP എന്നറിയപ്പെടുന്ന (New Education Policy) ഈ നയം ജനകീയമായ ബദൽ വിദ്യാഭ്യാസത്തെ ഇല്ലാതാക്കുന്നതാണ്. കമ്പോളവും വർഗ്ഗീയതയും വിദ്യാഭ്യാസത്തെ നിയന്ത്രിക്കുന്ന സമീപനം സമത്വാധിഷ്ഠിതമായ നവസമൂഹത്തെ സൃഷ്ടിക്കുന്നതിന് തടസ്സമാണ്. കേന്ദ്രീകരണവും കമ്പോളവല്ക്കരണവും വിദ്യാഭ്യാസരംഗത്ത് വരുന്നതോടെ വ്യവസ്ഥിതിയുടെ പുരോഗമനപരമായ മാറ്റം എന്ന സങ്കല്പം തകരുകയും വ്യവസ്ഥിതി പ്രതിലോമകരമാവുകയും ചെയ്യും. ഈ പശ്ചാത്തലത്തിലും കൂടി കേരളത്തിന്റെ പൊതുവിദ്യാഭ്യാസ സംരക്ഷണ യജ്ഞത്തെ വിലയിരുത്തണം.

ഇങ്ങനെ സൂക്ഷ്മമായി വിലയിരുത്തിയപ്പോഴാണ് വിദ്യാഭ്യാസരംഗത്ത് മറ്റൊരു നവോത്ഥാനത്തിന്റെ ആവശ്യകതയുണ്ട് എന്ന് ഇടതുപക്ഷ ജനാധിപത്യമുന്നണി സർക്കാർ തിരിച്ചറിഞ്ഞത്. ഇതിന്റെ പശ്ചാത്തലത്തിൽ ജനകീയ വിദ്യാഭ്യാസ ബദൽ ആശയം ജനങ്ങളുടെ മുന്നിൽ നാലര വർഷം മുൻപ് സമർപ്പിച്ചു. ഇപ്പോൾ പൊതുവിദ്യാഭ്യാസ യജ്ഞം ഒരു ഘട്ടം പിന്നിടുകയാണ്. രാജ്യത്തും ലോകരാജ്യങ്ങളിൽ പലയിടത്തും പൊതുവിദ്യാഭ്യാസ സംരക്ഷണയജ്ഞം ഏറെ ചർച്ച ചെയ്യപ്പെടുകയാണ്.

ബദൽ വിദ്യാഭ്യാസ നയം

ലോകശ്രദ്ധയാകർഷിച്ചുകൊണ്ടിരിക്കുന്ന ഒരു ബദൽ വികസന നയമാണ് കേരളത്തിൽ ശ്രീ. പിണറായി വിജയന്റെ നേതൃത്വത്തിലുള്ള ഇടതുപക്ഷ ജനാധിപത്യ മുന്നണി സർക്കാർ നടപ്പിലാക്കുന്നത്. ഇന്ത്യയിലും മറ്റ് ബഹുഭൂരിപക്ഷം ലോകരാജ്യങ്ങളിലും നവലിബറൽ സാമ്പത്തികനയാധിഷ്ഠിതമായ വികസനമാണ് നടപ്പിലാക്കുന്ന്. കമ്യൂണിസ്റ്റ് പാർട്ടിക്കും ഇടതുപക്ഷ രാഷ്ട്രീയത്തിനും മുൻതൂക്കമുള്ള രാജ്യങ്ങളിൽ മാത്രമാണ് വ്യത്യസ്തമായ വികസനനയം നിലനില്ക്കുന്നത്. ഇതുമൂലം രണ്ട് വികസന സങ്കല്പങ്ങൾ തമ്മിലുള്ള ആശയസംഘർഷം ലോകമെമ്പാടും നിലവിൽ ഉണ്ട്. അതുകൊണ്ടുതന്നെ വികസനരംഗത്ത് ഒരു ഇടതുപക്ഷ ബദൽ സൃഷ്ടിക്കുന്നതും വികസിക്കുന്നതിനും കൂടുതൽ ഗുണകരമായിരിക്കും. കേരളത്തിന്റെ ബദൽ വികസനത്തെ സുസ്ഥിര വികസനം എന്ന് പറയുന്നു. ഇന്ത്യൻ സാഹചര്യത്തിനുള്ളിൽ നിന്നുകൊണ്ടാണ് ഈ ബദൽ വികസിപ്പിക്കുവാൻ നാം ശ്രമിക്കുന്നത് എന്നത് കൂടുതൽ ശ്രദ്ധേയമാണ്.

നവലിബറൽ നയാധിഷ്ഠിത വികസനത്തിന്റെ കേന്ദ്രപ്രശ്നങ്ങൾ (1) ധനമൂലധനത്തിന്റെ വളർച്ച, (2) അസമത്വത്തിന്റെ വളർച്ച, (3) പാർശ്വവല്ക്കരണം, (4) പാരിസ്ഥിതിക പ്രശ്നങ്ങൾ എന്നിവയാണ്. ധനമൂലധനത്തിന്റെ സാർവ്വാധിപത്യത്തെയാണ് ആഗോളവല്ക്കരണമെന്ന് പറയുന്നത്. ഈ സർവ്വാധിപത്യം ഉയർത്തുന്ന വെല്ലുവിളികളെ മറികടക്കുവാനുള്ള സാമൂഹിക, രാഷ്ട്രീയ, സാംസ്കാരിക അന്തരീക്ഷവും മനസ്സും ഉല്പാദിപ്പിക്കുന്ന വികസനമാണ് ബദൽ വികസനം. ഈ രണ്ട് വികസനസങ്കല്പങ്ങൾ തമ്മിലുള്ള സംഘർഷമാണ് കാലഘട്ടത്തിലെ പ്രധാന ചർച്ചാ വിഷയം. മൂലധനാധിഷ്ഠിത വികസനത്തിന്റെ പ്രശ്നങ്ങളായ

അസമത്വവും പാരിസ്ഥിതിക പ്രശ്നങ്ങളുമാണ് ലോകം നേരിടുന്ന നീറുന്ന പ്രശ്നങ്ങളുടെ മുഖ്യ കാരണങ്ങൾ എന്ന് ജനത തിരിച്ചറിയുന്നു. ഈ തിരിച്ചറിവ് ബദൽ വികസനത്തിനുവേണ്ടിയുള്ള അന്വേഷണത്തിന് വഴിയൊരുക്കുന്നു.

കേരളത്തിന്റെ തനതായ വികസന ബദലിൽ നാല് പ്രധാന ഘടകങ്ങളാണുള്ളത് (1) ഉല്പാദനം വർദ്ധിപ്പിക്കുക. സമ്പദ്ഘടനയുടെ അടിത്തറയാണ് ഉല്പാദനവർദ്ധനവ്. ജി ഡി പിയുടെ വളർച്ചയാണ് വികസനം അളക്കുന്നതിനുള്ള ഒരു ഉപകരണം. (2) ഉല്പാദന വർദ്ധനവിലൂടെ ഉണ്ടായ സമ്പത്തിന്റെ നീതിപൂർവ്വകമായ വിതരണം. ഇതിലൂടെയാണ് അസമത്വം ഇല്ലാതാകുക. സമ്പത്തിന്റെ വിതരണത്തിനുള്ള നല്ല ഉപകരണമാണ് പൊതുമേഖല. അതുകൊണ്ടാണ് പൊതുമേഖലയുടെ ശാക്തീകരണം ബദൽ വികസനത്തിന്റെ മുഖ്യ അജണ്ടയാകുന്നത്. (3) പാരിസ്ഥിതികമായ സന്തുലനം. ഉല്പാദനം വർദ്ധിപ്പിക്കുന്നത് സന്തുലനം നിലനിർത്തിക്കൊണ്ടായിരിക്കണമെന്ന് ബദൽ വികസന നയം കരുതുന്നു. എങ്കിൽ മാത്രമേ ഉല്പാദന വർദ്ധനവ് ശാശ്വതമാകുകയുള്ളൂ. (4) സാമൂഹികമായ സ്വസ്ഥത. വികസനത്തിലെ സാംസ്കാരികമായ വശം ഇതാണ്. മതനിരപേക്ഷ മനസ്സായിരിക്കും ബദൽ വികസനത്തിന്റെ സുപ്രധാന സാംസ്കാരിക ഉല്പന്നം. സുസ്ഥിരവികസനം കേവലമായ വികസനം മാത്രമല്ല ജനകീയ ചെറുത്തുനില്പ് കൂടിയാണ് എന്നു തിരിച്ചറിയണം.

ഈ വികസന സങ്കല്പനങ്ങളിലൂടെ കേരളത്തെ പുതിയൊരു കേരളമാക്കി മാറ്റണമെന്നുദ്ദേശിച്ചുകൊണ്ടാണ് 'നവകേരളം' എന്ന ആശയം കേരള സർക്കാർ ജനങ്ങളുടെ മുമ്പിൽ വച്ചത്. അതിനുവേണ്ടി നാല് മിഷനുകൾ രൂപീകരിച്ചു (1) ഹരിതകേരളം-പാരിസ്ഥിതിക സന്തുലനം ലക്ഷ്യമിട്ടുകൊണ്ടാണ് ഈ മിഷൻ പ്രവർത്തിക്കുന്നത്. (2) ലൈഫ് മിഷൻ - പാർപ്പിടരംഗത്ത് പാർശ്വവല്ക്കരണം ഇല്ലാതാക്കുക എന്നതാണ് പദ്ധതിയുടെ മുഖ്യലക്ഷ്യം. (3) ആർദ്രം മിഷൻ - ആരോഗ്യമുള്ള ശരീരവും മനസ്സും സൃഷ്ടിക്കുക എന്നതും ജനകീയാരോഗ്യശൃംഖല ഉയർത്തിക്കൊണ്ട് ആരോഗ്യ പ്രവർത്തനങ്ങൾ ജനാധിപത്യവല്ക്കരിക്കുക എന്നതും മുഖ്യലക്ഷ്യങ്ങളാണ്. (4) പൊതു വിദ്യാഭ്യാസ സംരക്ഷണ യജ്ഞം - പാർശ്വവല്ക്കരണം ഒട്ടുംതന്നെയില്ലാത്തതും അന്താരാഷ്ട്ര നിലവാരമുള്ളതുമായ ഒരു സമ്പൂർണ്ണ സാക്ഷര സമൂഹത്തെ വികസിപ്പിച്ചെടുക്കുക എന്നതാണ് മുഖ്യലക്ഷ്യം. മതനിരപേക്ഷമനസ്സുല്പാദിപ്പിച്ച് വർഗ്ഗീയതയെ ചെറുക്കുക എന്നതും ലക്ഷ്യമാണ്. ഇത് ലോകശ്രദ്ധയാകർഷിച്ചിട്ടുള്ള ബദൽ വിദ്യാഭ്യാസ നയമാണ് എന്ന് നാം തിരിച്ചറിയുന്നു.

ഈ നാല് മിഷനുകളോടൊപ്പം ധന, വ്യവസായ, തൊഴിൽ, ഭക്ഷ്യ കാർഷിക മേഖലകളടക്കം മറ്റ് മേഖലകളും ഇതേ ബദൽ നയത്തിന്റെ അടിസ്ഥാനത്തിൽ പ്രവർത്തിച്ചുകൊണ്ടാണ് വ്യത്യസ്തമായ വികസന

മാതൃകകൾ ആ മേഖലകളിലും സൃഷ്ടിക്കുവാൻ നമുക്ക് കഴിഞ്ഞത്. അധികാര വികേന്ദ്രീകരണത്തിലൂടെ പ്രാദേശിക ഭരണകൂടങ്ങൾ സൃഷ്ടിക്കപ്പെട്ടു എന്നതും ബദലിന്റെ സുപ്രധാനമായ നേട്ടമാണ്. നിലവിലുള്ള ഭരണകൂടങ്ങളുടെ ജനാധിപത്യവല്ക്കരണമാണ് അധികാരവികേന്ദ്രീകരണം. ഇതും മൂലധന താല്പര്യ വിരുദ്ധമായ നയമാണ്. 1957 ലെ വിദ്യാഭ്യാസ നയത്തെത്തുടർന്നുള്ള ഇടപെടലുകളിലൂടെ കേരളത്തിന്റെ വിദ്യാഭ്യാസരംഗം ലോകപ്രശസ്തമാണ്.

പൊതുവിദ്യാഭ്യാസ സംരക്ഷണ യജ്ഞം

കേരളത്തിന്റെ വിദ്യാഭ്യാസ മേഖലയിൽ വിവിധ തരത്തിലുള്ള വിദ്യാലയങ്ങൾ ഉണ്ട്. (1) സർക്കാർ വിദ്യാലയങ്ങൾ, (2) എയ്ഡഡ് വിദ്യാലയങ്ങൾ, (3) അൺ എയ്ഡഡ് വിദ്യാലയങ്ങൾ, (4) സി ബി എസ് ഇ/ഐ സി എസ് ഇ സ്കൂളുകൾ. ഇവയിൽ സർക്കാർ വിദ്യാലയങ്ങളും എയ്ഡഡ് വിദ്യാലയങ്ങളും ചേർന്ന ശൃംഖലയാണ് പൊതുവിദ്യാലയങ്ങൾ എന്നു പറയുന്നത്. വിവിധതരത്തിലുള്ള വിദ്യാലയങ്ങളുടെ കണക്ക് ചുവടെ പട്ടികപ്പെടുത്തിയിരിക്കുന്നു.

സ്കൂളുകൾ

2019-20 അക്കാദമിക വർഷം സംസ്ഥാനത്ത് സർക്കാർ, എയ്ഡഡ്, അൺ എയ്ഡഡ് മേഖലകളിലായി 12,951 വിദ്യാലയങ്ങളാണുള്ളത്. അതിൽ 4,693 എണ്ണം സർക്കാർ മേഖലയിലും 7,216 എണ്ണം എയ്ഡഡ് മേഖലയിലും 1,042 എണ്ണം അൺ എയ്ഡഡ് മേഖലയിലുമാണ്. സർക്കാർ, എയ്ഡഡ് മേഖലകളിലായി 11,809 വിദ്യാലയങ്ങളാണുള്ളത്. പട്ടിക 1 ൽ വിശദാംശങ്ങളുണ്ട്.

പട്ടിക 1 സ്കൂളുകൾ 2019-2020

സ്കൂളുകൾ	സർക്കാർ	എയ്ഡഡ്	അൺ എയ്ഡഡ്	ആകെ
ഹൈസ്കൂൾ	1228	1432	458	3118
യു പി സ്കൂൾ	870	1873	242	2985
എൽ പി സ്കൂൾ	2595	3911	342	6848
ആകെ	4693	7216	1042	12951

അവലംബം: ഡി ജി ഇ സ്റ്റാറ്റിസ്റ്റിക്സ്

3,118 ഹൈസ്കൂളുകളിൽ 2,077 എണ്ണം ഹയർസെക്കന്ററിയായി ഉയർത്തിയിട്ടുണ്ട്. അതുപോലെ 389 എണ്ണം വൊക്കേഷണൽ ഹയർസെ

ക്കന്ററി സ്കൂളുകളായും ഉയർത്തിയിട്ടുണ്ട്. ഇവയിൽ ഏതാനും സ്കൂളുകളിൽ ഹയർ സെക്കന്ററിയും വൊക്കേഷണൽ ഹയർ സെക്കന്ററി വിഭാഗങ്ങളും പ്രവർത്തിക്കുന്നുണ്ട്. സംസ്ഥാനത്തെ വിവിധ വിഭാഗം വിദ്യാലയങ്ങളുടെ വിശദാംശങ്ങൾ പട്ടിക 2 ൽ കൊടുത്തിരിക്കുന്നു.

പട്ടിക 2 സ്കൂളുകൾ 2019-20

ക്രമ നം.	സ്കൂളുകളുടെ ഇനം	സർക്കാർ	എയ്ഡഡ്	അൺ എയ്ഡഡ്	ആകെ
1.	ഹയർ സെക്കന്ററി	839	858	380	2077
2.	വൊക്കേഷണൽ ഹയർ സെക്കന്ററി	261	128	0	389
3.	ഹൈസ്കൂൾ	1228	1432	458	3118
4.	അപ്പർ പ്രൈമറി സ്കൂൾ	870	1873	242	2985
5.	ലോവർ പ്രൈമറി സ്കൂൾ	2595	3911	342	6848
6.	സ്പെഷ്യൽ സ്കൂളുകൾ	7	36	2	45
7.	ആംഗ്ലോ ഇന്ത്യൻ സ്കൂളുകൾ	0	18	1	19
8.	അദ്ധ്യാപക പരിശീലന കേന്ദ്രങ്ങൾ	38	64	74	176
9.	ഫിഷറീസ് സ്കൂളുകൾ	14	18	26	58
10.	ട്രൈബൽ സ്കൂളുകൾ	90	0	0	90
11.	സ്പോർട്സ് സ്കൂളുകൾ	3	0	0	3
12.	മോഡൽ റസിഡൻഷ്യൽ സ്കൂളുകൾ	13	7	1	21

13.	എം ജി എൽ സി	270	0	0	270
14.	ടെക്നിക്കൽ ഹൈസ്കൂളുകൾ	39	0	0	39
15.	ടെക്നിക്കൽ ഹയർ സെക്കന്ററി സ്കൂളുകൾ	15	0	0	15

അവലംബം: ഡി ജി ഇ സ്റ്റാറ്റിസ്റ്റിക്സ്

സംസ്ഥാനേതര സിലബസ് അനുസരിച്ച് പ്രവർത്തിക്കുന്ന 1500 വിദ്യാലയങ്ങളും സംസ്ഥാനത്തുണ്ട്. അതു സംബന്ധിച്ച വിശദാംശം പട്ടിക 3 ൽ നല്കിയിട്ടുണ്ട്.

പട്ടിക 3 സംസ്ഥാനേതര സിലബസ് വിദ്യാലയങ്ങൾ 2018-19

സി ബി എസ് ഇ	1288
ഐ സി എസ് ഇ	162
കേന്ദ്രീയ വിദ്യാലയങ്ങൾ	36
ജവഹർ നവോദയ വിദ്യാലയങ്ങൾ	14

അവലംബം: ഇക്കണോമിക് റിവ്യൂ,
സംസ്ഥാന ആസൂത്രണ ബോർഡ്

സംസ്ഥാനത്ത് ഹയർ സെക്കന്ററി വിഭാഗം നിലവിലുള്ള 2,077 വിദ്യാലയങ്ങളിൽ ആകെ 7249 ബാച്ചുകളുണ്ട്. ബാച്ചുകളുടെ വിശദാംശം പട്ടിക 4 ൽ ഉണ്ട്.

പട്ടിക 4 ഹയർ സെക്കന്ററി ബാച്ചുകൾ 2019-2020

സയൻസ്	3724
ഹ്യുമാനിറ്റീസ്	1404
കൊമേഴ്സ്	2121
ആകെ	7249

അവലംബം: ഡി ജി ഇ സ്റ്റാറ്റിസ്റ്റിക്സ്

വൊക്കേഷണൽ ഹയർ സെക്കന്ററി വിഭാഗത്തിൽ 1,101 ബാച്ചുകളാണ് നിലവിൽ ഉള്ളത്. വിശദാംശം പട്ടിക 5 ൽ

പട്ടിക 5 വൊക്കേഷണൽ ഹയർ സെക്കന്ററി ബാച്ചുകൾ 2019–2020

സർക്കാർ	706
എയ്ഡഡ്	395
ആകെ	1101

അവലംബം: ഡി ജി ഇ സ്റ്റാറ്റിസ്റ്റിക്സ്

ഇടതുപക്ഷ ജനാധിപത്യ മുന്നണി അധികാരത്തിൽ വരുന്നതിന് മുമ്പ് പൊതുവിദ്യാലയങ്ങൾ പൊതുവെ തകർച്ചയുടെ പാതയിലായിരുന്നു എന്ന് അനുഭവങ്ങളും കണക്കുകളും സൂചിപ്പിക്കുന്നു. നാല് പൊതുവിദ്യാലയങ്ങൾ അടച്ചുപൂട്ടുവാനുള്ള തീരുമാനത്തിന്റെ ഫയലാണ് മന്ത്രി എന്ന നിലയിൽ എനിക്ക് ആദ്യം തന്നെ ലഭിച്ചത്. അടച്ചുപൂട്ടലല്ല, ഊട്ടി വളർത്തി സംരക്ഷിക്കുക എന്നതാണ് ഈ സർക്കാരിന്റെ നയം എന്ന് പ്രഖ്യാപിച്ചത് മേൽ വിവരിച്ച ബദൽ വികസനനയത്തിന്റെ പിൻബലത്തോടെയാണ്. അക്കാലത്ത് (2016–17) ഏറ്റവും ശ്രദ്ധേയമായ ഇടപെടലും പൊതുവിദ്യാലയങ്ങളോടുള്ള സമീപനത്തിന്റെ പ്രഖ്യാപനവും അതുതന്നെയായിരുന്നു. അത് സൃഷ്ടിച്ച ആവേശം പൊതുവിദ്യാഭ്യാസ സംരക്ഷണ യജ്ഞത്തിന് കരുത്തും ദിശാബോധവും നല്കി. സർക്കാർ ഏറ്റെടുത്ത വിദ്യാലയങ്ങളും അവയുടെ നിലവാരവും അവസ്ഥയും പട്ടിക 6 ൽ ഉണ്ട്.

പട്ടിക 6 ഏറ്റെടുത്ത വിദ്യാലയങ്ങളിലെ നിലവിലുള്ള അവസ്ഥ

സ്കൂൾ	കുട്ടികളുടെ എണ്ണം	
	2016–17	2020–21
AUPS മാലാപ്പറമ്പ്	56	97
ALPS പാലാട്ട്	17	25
PMLPS കിരാലൂർ	27	42
ALPS മാങ്ങാട്ടുമുറി	67	92

1. കോഴിക്കോട് ജില്ലയിലെ AUPS മാലാപ്പറമ്പ് നിലവിൽ GUPS മാലാപ്പറമ്പായി മാറി. ഒന്നുമുതൽ ഏഴ് വരെയാണ് ക്ലാസുകളുള്ളത്. ഭൗതിക സൗകര്യ വികസനം പ്ലാൻ ഫണ്ട്, എം എൽ എ ഫണ്ട് എന്നിവ ഉപയോഗിച്ച് നടക്കുന്നു.

2. കോഴിക്കോട് ജില്ലയിലെ AUPS പാലാട്ട് GUPS പാലാട്ടായി മാറി. അഞ്ച് മുതൽ ഏഴ് വരെ ക്ലാസുകളാണ് ഉള്ളത്. എം എൽ എ ഫണ്ട്, കോർപ്പറേഷൻ ഫണ്ട് എന്നിവ വിനിയോഗിച്ച് ഭൗതിക സൗകര്യം വികസനം നടക്കുന്നു.
3. മലപ്പുറം ജില്ലയിലെ ALPS മാങ്ങാട്ടുമുറി GUPS മാങ്ങാട്ടുമുറിയായി മാറി. പ്ലാൻ ഫണ്ട് ഉപയോഗിച്ച് ഭൗതിക സൗകര്യ വികസനം നടക്കുന്നു.
4. തൃശൂർ ജില്ലയിലെ PMLPS കിരാലൂർ GPMLPS കിരാലൂർ ആയി മാറി. എം എൽ എ ഫണ്ടുപയോഗിച്ച് ഭൗതിക സൗകര്യ വികസനം നടക്കുന്നു.

തുടർന്നങ്ങോട്ട് പൊതുവിദ്യാലയങ്ങളെ ശാക്തീകരിക്കുവാനുള്ള ശ്രമത്തിന് തുടക്കമിട്ടു. പൊതുവിദ്യാലയങ്ങൾ അനാകർഷണീയമാണ് എന്ന അഭിപ്രായത്തെ മാറ്റിയെടുത്ത് ആകർഷണീയമാണ് എന്ന അനുഭവം ഉണ്ടാക്കുവാനാണ് പ്രധാനമായും ശ്രമിച്ചത്. ആകർഷണീയത ഭൗതിക വികസനത്തിൽ മാത്രമല്ല വേണ്ടത് എന്നും തീരുമാനിച്ചു. അക്കാദമിക് രംഗത്തടക്കം സമഗ്രമായ മാറ്റത്തിലൂടെ പൊതുവിദ്യാഭ്യാസരംഗത്ത് ആകർഷണീയതയുടെ പ്രകാശഗോപുരം തീർക്കുവാൻ വിദ്യാഭ്യാസ വകുപ്പ് തീരുമാനിച്ചു. ഈ തീരുമാനം കേരളത്തിന്റെ പൊതുവിദ്യാഭ്യാസ രംഗത്ത് വലിയ ചലനങ്ങൾ സൃഷ്ടിച്ചു. ഈ ചലനത്തിനും ആവേശത്തിനും പിന്നിൽ ബഹുജനങ്ങളെ നല്ലതുപോലെ അണിനിരത്തുവാനും കഴിഞ്ഞു എന്നതാണ് വിജയത്തിന്റെ പ്രധാന കാരണം.

നാലരവർഷത്തിനുശേഷം ഈ ലക്ഷ്യം നേടുവാൻ നമുക്ക് കഴിഞ്ഞോ എന്ന പരിശോധനയിലൂടെയാണ് പൊതുജനം കടന്നുപോകുന്നത്. ഈ ജനകീയ പരിശോധനയ്ക്ക് ഉപകരണമാകുവാനുള്ള കുറിപ്പുകളും കണക്കുകളും ചിത്രങ്ങളുമാണ് ഈ പുസ്തകത്തിന്റെ തുടർഭാഗത്ത് ഉള്ളത്. ഈ വസ്തുതകളും നിങ്ങളുടെ അനുഭവങ്ങളും ചേർത്തുവച്ച് മനസ്സിൽ ഒരു സോഷ്യൽ ഓഡിറ്റ് നടത്തണമെന്ന് വിനീതമായി അഭ്യർത്ഥിക്കുന്നു. സത്യസന്ധമായ നിങ്ങളുടെ ഓഡിറ്റാണ് നാളത്തെ വിദ്യാഭ്യാസ മേഖലയുടെ ഭൂമിക.

ഈ നാലരവർഷത്തിനിടയിൽ നിരവധി ദുരന്തങ്ങളെയും പ്രതിസന്ധികളെയും കേരളത്തിന് നേരിടേണ്ടി വന്നു എന്ന കാര്യം പ്രത്യേകം ഓർമ്മിപ്പിക്കേണ്ടതില്ലല്ലോ. ഓഖി ദുരന്തം, നിപ വൈറസ് ദുരന്തം, മഹാപ്രളയം, തുടർപ്രളയം, കോവിഡ് മഹാമാരി തുടങ്ങിയ എല്ലാ ദുരന്തങ്ങളും വിദ്യാഭ്യാസ മേഖലയെയും നല്ലതുപോലെ ബാധിച്ചിട്ടുണ്ട്. സമാനതകൾ ഇല്ലാത്ത പ്രതിസന്ധികൾക്കിടയിലും നമുക്ക് നേട്ടങ്ങൾ ഉണ്ടാക്കുവാൻ കഴിഞ്ഞിട്ടുണ്ടോ എന്നാണ് ശ്രദ്ധയോടെ പരിശോധിക്കേണ്ടത്. പ്രതിസന്ധികൾക്കിടയിലുള്ള നേട്ടങ്ങൾ കൂടുതൽ തിളക്കമുള്ളതാണ്.

സാക്ഷരത

ഔപചാരിക വിദ്യാഭ്യാസത്തിൽ നേട്ടങ്ങൾ ഉണ്ടാക്കുന്നതോടൊപ്പം തന്നെ അനൗപചാരിക വിദ്യാഭ്യാസ രംഗത്തും ക്രിയാത്മകമായ നേട്ടങ്ങളുണ്ടാക്കുവാൻ കഴിഞ്ഞു എന്നതും ശ്രദ്ധേയമാണ്. എല്ലാ വർഷങ്ങളിലും സാക്ഷരതാരംഗത്ത് കേരളം ഒന്നാമതാണ്. ഈ വർഷത്തെ കേന്ദ്രസർക്കാരിന്റെ കണക്കെടുപ്പിൽ കേരളം 96.02% സാക്ഷരത നേടിയ ഒന്നാം സ്ഥാനത്തെത്തിയ സംസ്ഥാനമായി. സ്ത്രീ പുരുഷ സാക്ഷരതകൾ തമ്മിൽ കേവലം 2.2% മാത്രമേ വ്യത്യാസമുള്ളൂ എന്നതാണ് അവസ്ഥ. ഇത് വികസിത അവികസിത വികസ്വര രാജ്യങ്ങളിൽ ഒരു റെക്കോർഡാണ്. സാക്ഷരതാരംഗത്ത് ചരിത്രം സൃഷ്ടിക്കാൻ നമുക്ക് കഴിഞ്ഞു.

അക്ഷരസാക്ഷരതയ്ക്കപ്പുറം ശാസ്ത്ര സാക്ഷരത, പരിസ്ഥിതി സാക്ഷരത, ഭരണഘടന സാക്ഷരത തുടങ്ങിയ നിരവധി മേഖലകളിൽ പദ്ധതികൾ ഏറ്റെടുക്കുവാൻ സാക്ഷരതാ മിഷൻ മുന്നോട്ടുവന്നു. എല്ലാം ജനകീയമായി വിജയിപ്പിക്കുവാനും കഴിഞ്ഞു.

ഔപചാരിക വിദ്യാഭ്യാസവും അനൗപചാരിക വിദ്യാഭ്യാസവും ഒരുപോലെ പൊതുരംഗത്തായിരിക്കുമ്പോൾ മാത്രമേ പൊതുവിദ്യാഭ്യാസം എന്ന സങ്കല്പം പൂർണ്ണമാകൂ. ശാസ്ത്രവും സമൂഹവും അറിവുകളാർജ്ജിച്ചുകൊണ്ട് മുന്നോട്ടുപോകുമ്പോൾ നിരക്ഷരത വർദ്ധിച്ചുവരും. ഇത് സ്വാഭാവിക നിരക്ഷരവല്ക്കരണമാണ്. ഈ പ്രശ്നം വികസിത സാക്ഷര സമൂഹത്തിന് കളങ്കമാകും. അതുകൊണ്ട് ഓരോ മുന്നേറ്റത്തിലൂടെയും ഉണ്ടാകുന്ന നിരക്ഷരവല്ക്കരണത്തെ തുടച്ചുനീക്കിക്കൊണ്ട് പാർശ്വവല്ക്കരണമില്ലാത്ത സാക്ഷര സമൂഹമുണ്ടാകണം എന്ന വിദ്യാഭ്യാസ വികസന സമീപനം അനന്യമാണ്. അതിനാൽ ഔപചാരിക, അനൗപചാരിക വിദ്യാഭ്യാസ രീതികൾ പരസ്പര പൂരകങ്ങളായി മുന്നോട്ടുകൊണ്ടു പോകുവാനാണ് സംസ്ഥാന സർക്കാരും വിദ്യാഭ്യാസ വകുപ്പും ശ്രമിക്കുന്നത്.

ആശയം
നേട്ടങ്ങൾ

പുതിയൊരു സമൂഹത്തെ സൃഷ്ടിക്കുക എന്നതാണ് ബദൽ വിദ്യാഭ്യാസത്തിന്റെ മുഖ്യലക്ഷ്യം. അതുകൊണ്ടുതന്നെ മനുഷ്യരെ പുതിയ മനുഷ്യരാക്കി മാറ്റുന്ന സാമൂഹിക പ്രക്രിയയാണ് വിദ്യാഭ്യാസം എന്നതാണ് പൊതുവിദ്യാഭ്യാസ സംരക്ഷണ യജ്ഞത്തിൽ വിദ്യാഭ്യാസത്തിന് നല്കിയിട്ടുള്ള നിർവ്വചനം. ഈ പുതിയ മനുഷ്യന് നിലവിലുള്ള സാമൂഹിക ഘടനയോട് വിമർശനമുള്ളതും മനുഷ്യനെ മനുഷ്യനായും പ്രകൃതിയെ സമ്പത്തായും കാണുന്ന മനസ്സുണ്ടാകണം. ഈ പുതിയ മനുഷ്യർക്കു മാത്രമേ നിലവിലെ വ്യവസ്ഥയിൽ നിന്ന് വ്യത്യസ്തമായ കൂടുതൽ സമത്വമുള്ള ഒരു സമൂഹത്തെ, നവസമൂഹത്തെ, സൃഷ്ടിക്കുവാൻ കഴിയൂ. ഇതാണ് നവകേരള സൃഷ്ടിയുടെ ഇടത് ആശയഭൂമിക. ഓരോ കുട്ടിയുടെയും സമഗ്രമായ ഈ മാറ്റമാണ് കേരളം ലക്ഷ്യമിടുന്നത്. ഫ്യൂഡൽ കൊളോണിയൽ കാലഘട്ടങ്ങളിലെ വിദ്യാഭ്യാസ നിർവ്വചനത്തിൽനിന്നും തികച്ചും വ്യത്യസ്തമായ ഒരു ആശയമാണ് സാക്ഷാൽക്കരിക്കുവാൻ നാം ശ്രമിക്കുന്നത്. ഈ ലക്ഷ്യം നേടുവാൻ വേണ്ടി വിദ്യാഭ്യാസരംഗത്തെ അടിമുടി മാറ്റിക്കൊണ്ട് വിപ്ലവകരമായ പരിണാമങ്ങൾ നടത്തുവാനാണ് പദ്ധതി തയ്യാറാക്കിയത്. അതുകൊണ്ടുതന്നെ ഈ പദ്ധതിയിൽ മൂന്ന് പ്രധാന ആശയങ്ങൾ വികസിപ്പിക്കുവാനും പരസ്പരം ലയിപ്പിച്ചു ചേർക്കുവാനും ശ്രമിച്ചു. പുതിയൊരു സമൂഹത്തെ സൃഷ്ടിക്കുക എന്ന പ്രക്രിയയിൽ ചുവടെ ചേർക്കുന്ന മൂന്ന് കാര്യങ്ങൾക്കാണ് പ്രാധാന്യം നല്കിയിട്ടുള്ളത്.

(1) **ആധുനികത**
(2) **ജനകീയത**
(3) **മാനവീയത**

ആധുനികതയിലൂന്നിയ മാനവീകത സ്വപ്നം കണ്ടുകൊണ്ടാണ് ഈ രീതിയിൽ പദ്ധതികൾ ആവിഷ്കരിച്ചത്. പുതിയ തലമുറ അന്താരാഷ്ട്ര നിലവാരത്തിലെത്തണം എന്നാണ് ആഗ്രഹം. ലോകത്തെ മറ്റേതു രാജ്യത്തുമുള്ള സമാനപ്രായമുള്ള വ്യക്തികളുടെ സമഗ്രമായ മികവിന്റെ ഒപ്പമോ അല്പം മുന്നിലോ നില്ക്കുവാനുള്ള കഴിവിനെയാണ് അന്താരാഷ്ട്ര നിലവാരം എന്ന് പറയുന്നത്. വൈജ്ഞാനിക ലോകത്തെ നയിക്കുന്നവരായി പുതിയ തലമുറ മാറണം എന്നും പറയാം. ഈ തലമുറയ്ക്ക് നിലവിലെ സമൂഹത്തോട് വിമർശനവും പുതിയ ഒരു തലമുറയുടെ സ്വപ്നവും ഉണ്ടാകണം. വൈജ്ഞാനിക, മാനവീക ചക്രവാളങ്ങളിൽ പ്രകാശഗോപുരമായി കേരളജനത നില്ക്കണം. സമത്വാധിഷ്ഠിത നവസമൂഹത്തെ സ്വപ്നം കാണുന്ന ജനത എന്നർത്ഥം. ഈ സ്വപ്നമുള്ള വിദ്യാഭ്യാസത്തിലൂടെ മാത്രമേ നവലോക സങ്കല്പവും യാഥാർത്ഥ്യമാക്കുവാനാകൂ.

മേൽ പറഞ്ഞ ലക്ഷ്യം നേടുന്നതിനായി നാല് പരിപാടികളാണ് പൊതുവിൽ കേരളത്തിന്റെ വിദ്യാഭ്യാസ രംഗത്ത് നടപ്പിലാക്കിയത്.

1. വിദ്യാലയങ്ങളുടെ ഭൗതിക സാഹചര്യങ്ങളുടെ ആധുനികവല്ക്കരണം
2. അക്കാദമിക് സാഹചര്യങ്ങളുടെ ആധുനികവല്ക്കരണം
3. ജനകീയവല്ക്കരണം
4. അദ്ധ്യാപകശാക്തീകരണം

1. വിദ്യാലയങ്ങളുടെ ഭൗതികസാഹചര്യങ്ങളുടെ ആധുനികവല്ക്കരണം

വിദ്യാലയങ്ങളുടെ ഭൗതികസാഹചര്യങ്ങൾ ഒട്ടും ആകർഷണീയമല്ലാത്ത പ്രശ്നം നിലനില്ക്കുന്ന കാലഘട്ടത്തിൽ 1000 സ്കൂളുകളുടെ പശ്ചാത്തലസൗകര്യം മെച്ചപ്പെടുത്തുവാൻ പദ്ധതിയിട്ടു. ഇതിൽ പ്രധാന പങ്ക് വഹിച്ചത് കിഫ്ബിയാണ്. ഒരു മണ്ഡലത്തിൽ ഒരു വിദ്യാലയം എന്ന രീതിയിൽ 141 വിദ്യാലയങ്ങളെ എം എൽ എ മാർ തിരഞ്ഞെടുത്തു. ഇവയ്ക്ക് 5 കോടി രൂപ വീതം നല്കി. 1000 വിദ്യാർത്ഥികളിൽ കൂടുതലുള്ള സ്കൂളുകൾക്ക് 3 കോടി രൂപ നല്കി. അത്തരത്തിൽ 386 സ്കൂളുകൾ ഉണ്ടായിരുന്നു. 500 കുട്ടികളിൽ കൂടുതലുള്ള സ്കൂളുകൾക്ക് 1 കോടി രൂപം വീതം നല്കി. ഇങ്ങനെ 446 സ്കൂളുകൾ ഉണ്ടായിരുന്നു. ഇത്തരത്തിൽ 2309 കോടി രൂപ കിഫ്ബിയിൽനിന്നു അനുവദിച്ചു.

സംസ്ഥാന സർക്കാരിന്റെ ബദൽ സാമ്പത്തിക നയത്തിന്റെ ഏറ്റവും പ്രധാന ഉദാഹരണമാണ് കിഫ്ബി. നവലിബറൽ നയത്തിന്റെ പ്രത്യാഘാതമായി ഖജനാവുകൾ ശുഷ്കിച്ചുപോയി. അതുകൊണ്ട് ഖജനാവിൽ നിന്നുള്ള സർക്കാർ നിക്ഷേപം കുറയ്ക്കേണ്ടി വന്നു. മറ്റു വഴികൾ കണ്ടെത്താതെ പൊതുനിക്ഷേപം മെച്ചപ്പെടുത്തുവാൻ കഴിയില്ല എന്നതിനാൽ

പുതിയ ധനസ്രോതസ്സ് കണ്ടെത്തേണ്ടി വന്നു. ഇത് വിദ്യാഭ്യാസത്തിനപ്പുറമുള്ള മറ്റ് വികസന മേഖലകളിലും നിക്ഷേപം വർദ്ധിപ്പിക്കുവാൻ വഴിയൊരുക്കി. ഖജനാവിൽ പണം കുറവാണെങ്കിലും സംസ്ഥാനത്തിന്റെ സമ്പത്ത് വ്യവസ്ഥയിൽ 5 ലക്ഷം കോടി രൂപയുണ്ട്. ഈ ധനം നേരിട്ട് സർക്കാരിന് ഉപയോഗിക്കുവാൻ പറ്റാത്ത തുകയാണ്. ഈ തുകയെ പ്രയോജനപ്പെടുത്തുവാൻ വേണ്ടി സജ്ജമാക്കിയ സംവിധാനമാണ് കിഫ്ബി. ബോണ്ടുകൾ വഴിയും മറ്റും കിഫ്ബിയിൽ നിക്ഷേപിച്ച തുക ബജറ്റിലെ നിർദ്ദേശങ്ങൾക്ക് വേണ്ടി ഉപയോഗിക്കുവാൻ പദ്ധതിയിട്ടു. സമ്പദ് വ്യവസ്ഥയിലെ സമ്പദ് ബജറ്റ് നിർദ്ദേശങ്ങൾക്ക് വേണ്ടി ഉപയോഗിക്കുന്ന ഈ നിർദ്ദേശം ധനമന്ത്രി ഡോ. തോമസ് ഐസക് നടപ്പിലാക്കിയ സാമ്പത്തിക ബദലാണ്. ഇങ്ങനെ നിക്ഷേപിക്കുന്ന തുകയിലൂടെ ഉണ്ടാകുന്ന തൊഴിലവസരങ്ങളും വികസന സാദ്ധ്യതകളും സൃഷ്ടിക്കുന്ന വാങ്ങൽശേഷി വർദ്ധനവ് സമ്പദ് വ്യവസ്ഥയെ ചലിപ്പിക്കും. ഈ ചലനം വഴിയുണ്ടാകുന്ന നികുതി വർദ്ധനവ് ബജറ്റിന്റെ വിഭവ സ്രോതസ്സായി മാറും. അതായത് സർക്കാരിന് നേരിട്ട് ഉപയോഗിക്കുവാൻ പറ്റാത്ത സമ്പത്ത് പരോക്ഷമായി ഖജനാവിലെത്തും എന്നർത്ഥം.

പ്ലാൻ ഫണ്ടിൽനിന്നും 1225 കോടിരൂപ കഴിഞ്ഞ 4 വർഷങ്ങളായി ഭൗതിക സാഹചര്യ വികസനത്തിന് ചെലവഴിച്ചു. നബാർഡിൽനിന്നും ലഭിച്ച 150 കോടിരൂപയും നിക്ഷേപിക്കുവാൻ കഴിഞ്ഞു. ഇതുകൂടാതെ എം എൽ എമാരുടെയും എം പിമാരുടെയും വികസന ഫണ്ടുകളും തദ്ദേശസ്വയംഭരണ സ്ഥാപനങ്ങളുടെ വികസന ഫണ്ടുകളും നിക്ഷേപിക്കുവാൻ കഴിഞ്ഞു. പൊതുരംഗത്തുനിന്ന് അഭ്യുദയകാംക്ഷികളും പി ടി എയും പൂർവ്വ വിദ്യാർത്ഥിസംഘടനകളും ഗണ്യമായ സംഭാവനകൾ നല്കിക്കൊണ്ട് ജനകീയത എന്ന ആശയം കൂടുതൽ പുഷ്കലമാക്കി.

സർക്കാരിന്റെ 100 ദിന പരിപാടികളിൽ വച്ച് 5 കോടി ചെലവഴിച്ച 38 വിദ്യാലയങ്ങൾ ജനങ്ങൾക്ക് സമർപ്പിച്ചു. അതിനു മുമ്പ് 22 വിദ്യാലയങ്ങൾ ജനങ്ങൾക്ക് സമർപ്പിച്ചിരുന്നു. 2021 മാർച്ച് 31 ന് മുമ്പ് 141 സ്കൂളുകളും ഇതേപോലെ തന്നെ പൂർത്തീകരിക്കുവാൻ കഴിയുമെന്ന് പ്രതീക്ഷിക്കുന്നു. കഴിഞ്ഞ 4 വർഷംകൊണ്ട് മേൽപ്പറഞ്ഞ എല്ലാ ഫണ്ടുകളും ചേർത്താണ് കെട്ടിടങ്ങൾ പൂർത്തീകരിച്ചത്. 5 വർഷത്തിനുള്ളിൽ 2004 കെട്ടിടങ്ങൾ പൂർത്തീകരിക്കുകയോ പണി ആരംഭിക്കുകയോ ചെയ്യും. എയ്ഡഡ് സ്കൂളുകളുടെ കെട്ടിടങ്ങൾ നവീകരിക്കുവാൻ ചരിത്രത്തിലാദ്യമായി ചലഞ്ച് ഫണ്ട് ഏർപ്പെടുത്തി. 73 കെട്ടിടങ്ങൾ പുതുക്കുവാൻ കഴിഞ്ഞു. ഇവയൊക്കെ ആധുനികതയുടെയും ജനകീയതയുടെയും മൂർത്തമായ ഉദാഹരണങ്ങളാണ്.

2. അക്കാദമിക് സാഹചര്യങ്ങളുടെ ആധുനികവല്ക്കരണം

അക്കാദമിക മികവാണ് വിദ്യാലയത്തിന്റെ മികവ് എന്നതാണ് പ്രധാന ആശയം. പൊതു വിദ്യാലയങ്ങളിൽ പഠിക്കുന്ന വിദ്യാർത്ഥിക

ളുടെ അക്കാദമിക് നിലവാരം മോശമാണ് എന്നൊരഭിപ്രായം സമൂഹത്തിൽ ഉണ്ടായിരുന്നു. ഈ അഭിപ്രായം മാറ്റിയെടുക്കുവാൻ വേണ്ടിയാണ് അക്കാദമിക് മാറ്റങ്ങൾക്ക് തുടക്കംകുറിച്ചത്. ആധുനിക ബോധനശാസ്ത്രമായ ടെക്നോ പെഡഗോജി നടപ്പിലാക്കണമെങ്കിൽ അതിനനുസരിച്ചുള്ള ആധുനിക സംവിധാനങ്ങൾ ക്ലാസിൽ ഉണ്ടാകണം. അറിവിന്റെ ലോകത്തേക്ക് കുട്ടിയുടെ മനസ്സിനെ തുറന്നുകൊടുക്കുന്നതാണ് ആധുനിക അദ്ധ്യാപനം എന്ന സങ്കല്പം നടപ്പിലാക്കുവാൻ ക്ലാസുകൾ ഹൈടെക്കാക്കി മാറ്റണം. ആദ്യഘട്ടത്തിൽ 8 മുതൽ 12 വരെയുള്ള 45,000 ക്ലാസ് മുറികളും ഹൈടെക്കാക്കി മാറ്റി.

ഓരോ ക്ലാസിലും ഇന്റർനെറ്റ് കണക്ഷൻ, കമ്പ്യൂട്ടർ, പ്രൊജക്ടർ, സൗണ്ട് സിസ്റ്റം, വൈറ്റ് ബോർഡ് തുടങ്ങി സംവിധാനങ്ങൾ ഏർപ്പെടുത്തി. ഇതോടെ നാലു ചുവരിനുള്ളിലെ ക്ലാസ് അറിവിന്റെ ലോകത്തേക്ക് തുറന്നിട്ടു. ലോകത്തിലെ എവിടെയുള്ള അറിവിന്റെ സ്രോതസ്സിനെയും ക്ലാസിലെത്തിക്കുവാൻ അദ്ധ്യാപകർക്ക് കഴിയുന്ന അവസ്ഥയുണ്ടായി. അക്കാദമിക് രംഗത്ത് വിപ്ലവം സൃഷ്ടിക്കുന്ന ഈ പദ്ധതി നമുക്കഭിമാനമായി. തുടർന്ന് കേന്ദ്രീകൃത കമ്പ്യൂട്ടർ ലാബുകൾ നിർമ്മിച്ചുകൊണ്ട് ഒന്നു മുതൽ ഏഴ് വരെയുള്ള സ്കൂളുകളും ഹൈടെക്കാക്കി മാറ്റി. ഇന്ത്യയിലെ ആദ്യത്തെ ഡിജിറ്റൽ സംസ്ഥാനമായി കേരളം മാറി. വിദ്യാഭ്യാസ രംഗത്തെ സമ്പൂർണ്ണ ഡിജിറ്റൽ സംസ്ഥാനമായ കേരളം ഈ രംഗത്ത് രാജ്യത്തിന് മാതൃകയാണ്.

ഈ സാങ്കേതിക സംവിധാനമുപയോഗിച്ചുകൊണ്ട് അക്കാദമിക് മികവ് ഉണ്ടാക്കുവാൻ വേണ്ടി സമഗ്ര പോർട്ടൽ ആരംഭിച്ചു. പാഠഭാഗങ്ങളും ടീച്ചിങ് നോട്ടുകളും ലെസ്സൻ പ്ലാനുകളും അനുബന്ധ വീഡിയോകളും ചിത്രങ്ങളും സമഗ്രയിൽ അപ്‌ലോഡ് ചെയ്തതോടെ ക്ലാസ് മുറി അക്കാദമിക് വിസ്മയത്തിന്റെ ഇടമായി. കേരളത്തിലെ മുഴുവൻ അദ്ധ്യാപകർക്കും സമഗ്ര ഉപയോഗിക്കുവാനുള്ള നല്ല പരിശീലനം തുടർച്ചയായി നല്കി. ഇന്ന് പൊതുവിദ്യാഭ്യാസ രംഗത്തെ മുഴുവൻ അദ്ധ്യാപകരും ഹൈടെക് ക്ലാസ് കൈകാര്യം ചെയ്യുവാൻ കഴിവുള്ള ആധുനിക അദ്ധ്യാപകരാണ്. സമഗ്രയുടെ തുടർന്നുള്ള വൈവിദ്ധ്യവല്ക്കരണത്തിന് വിദ്യാഭ്യാസ വകുപ്പ് ശ്രമിച്ചു വരികയാണ്. ലോക നിലവാരമുള്ള ഹൈടെക് പഠനസാദ്ധ്യത ഇന്ന് കേരളത്തിലെ പൊതുവിദ്യാലയങ്ങളിൽ ഉണ്ട്. ഈ സാങ്കേതിക സംവിധാനം ഉപയോഗിച്ചുകൊണ്ട് അക്കാദമിക് നിലവാരം ഉയർത്തുവാൻ നിരന്തരമായ ശ്രമം നടത്തുകയാണ്. നാലര വർഷത്തിനുള്ളിൽ അക്കാദമിക് രംഗത്ത് നല്ല രീതിയിൽ മാറ്റമുണ്ടായിട്ടുണ്ട് എന്ന അനുഭവം തെളിയിക്കുന്നു.

പൊതു വിദ്യാലയങ്ങളിലെ അക്കാദമിക് പിന്നോക്കാവസ്ഥയുടെ മറ്റൊരു കാരണം ഔട്ട്കം ബേസ്ഡ് എന്ന പഴഞ്ചൻ ബോധന രീതിയായിരുന്നു. ഒരു കുട്ടിയുടെ കഴിവിനെ പരിമിതപ്പെടുത്തുന്ന ഈ രീതി ഇപ്പോൾ ഉപേക്ഷിക്കപ്പെട്ടു. ക്രിട്ടിക്കൽ പെഡഗോജിയുടെ ആധുനിക

രൂപമായ ടെക്നോ പെഡഗോജിയാണ് ഇന്ന് നമ്മുടെ ബോധന ശാസ്ത്രം എന്നതിനാൽ ചോദ്യം ചോദിക്കുവാനുള്ള കുട്ടിയുടെ കഴിവിനെ വികസിപ്പിച്ചും അന്വേഷണഭാവത്തെ ഉണർത്തിയും തലച്ചോറിന്റെ അനന്ത സാദ്ധ്യതയെ പ്രയോജനപ്പെടുത്തി കൊണ്ടുമാണ് പുതിയ ബോധനരീതി മുന്നേറുന്നത്. അതുകൊണ്ട് പുതിയ തലമുറ സർഗ്ഗശേഷി വികസനത്തിൽ ലോകത്തിന് മാതൃകയായിരിക്കും. ചിന്തയ്ക്ക് ചിറകുവയ്പിച്ചും വായനാ വസന്തം തീർത്തും ചക്രവാളം വരെ വികസിപ്പിക്കുവാനുള്ള കുട്ടിയുടെ കഴിവിനെ പരമാവധി വികസിപ്പിക്കും. അക്കാദമിക് രംഗത്തെ ഈ ആധുനിക സമീപനം തന്നെ മറ്റൊരു ബദലാണ്. വിദ്യാഭ്യാസ രംഗത്ത് ഈ സമീപനം വിപ്ലവം സൃഷ്ടിക്കും എന്നതിൽ സംശയമില്ല.

3. ജനകീയവല്ക്കരണം

നിർമ്മാണ പ്രവർത്തനങ്ങൾ മുതൽ ഡിജിറ്റൽ പഠനം വരെ എല്ലാ മേഖലകളിലും സമ്പൂർണ്ണ ജനകീയവല്ക്കരണമാണ് നടന്നുകൊണ്ടിരിക്കുന്നത്. വിദ്യാഭ്യാസത്തെ നയിക്കുന്നത് കമ്പോളമോ വ്യക്തിയോ മൂലധനമോ അല്ല എന്നതാണ് പ്രത്യേകത. പകരം കേരളത്തിന്റെ ആവാസ വ്യവസ്ഥയിലെ ജനങ്ങളാണ് വിദ്യാഭ്യാസത്തെ നയിക്കുന്നത്. അതുകൊണ്ടുതന്നെ ഈ ആവാസ വ്യവസ്ഥയിലെ ജനങ്ങളുടെ താല്പര്യമുള്ള മനസ്സുകളാണ് വളർന്നുവരിക. ജനകീയ വിദ്യാഭ്യാസത്തിന്റെ പരമമായ നേട്ടം അതാണ്. ഫ്യൂഡൽ വിദ്യാഭ്യാസം ഫ്യൂഡൽ മനസ്സും കൊളോണിയൽ വിദ്യാഭ്യാസം കൊളോണിയൽ താല്പര്യമുള്ള മനസ്സും ഉല്പാദിപ്പിക്കുവാനാണ് ശ്രമിച്ചത് എന്നത് നമ്മുടെ ചരിത്ര ഓർമ്മകളാണ്. ഈ ഓർമ്മകളുടെയും അനുഭവത്തിന്റെയും വെളിച്ചത്തിലുമാണ് കേരളത്തിന്റെ ജനകീയ ബദൽ പ്രസക്തമാകുന്നത്. മതനിരപേക്ഷ മനസ്സ് ഉല്പാദിപ്പിക്കുവാൻ ലക്ഷ്യമിട്ട ഒരു വിദ്യാഭ്യാസ പദ്ധതി ലോകത്ത് അനന്യമാണ്. അതുകൊണ്ടുതന്നെ ഇന്ത്യയെ സംബന്ധിച്ച സുപ്രധാനമായ ബദലാണ് കേരളത്തിന്റെ പൊതുവിദ്യാഭ്യാസ സംരക്ഷണ യജ്ഞം. ഇന്ത്യൻ ജനത ചരിത്രപരമായി പ്രതീക്ഷിക്കുന്ന ഒരു വിദ്യാഭ്യാസ രീതിയാണ് നമ്മുടേത്. ഫെഡറലിസവും സെക്യുലറിസവും സോഷ്യലിസവും ഭരണഘടനയിലുള്ള ആശയങ്ങളാണ്. പക്ഷേ, ഈ ആശയങ്ങൾ വികസിപ്പിക്കുന്ന വിദ്യാഭ്യാസരീതി ഇപ്പോഴാണ് വളരുന്നത്, അത് കേരളത്തിലാണ്. ജനതയുടെ താല്പര്യമുള്ള മനസ്സാണ് ഇവിടെ വളരുന്നത്.

4. അദ്ധ്യാപകശാക്തീകരണം

ആധുനിക വിദ്യാഭ്യാസത്തെ നയിക്കുവാൻ ആധുനിക അദ്ധ്യാപകർ വേണം. അദ്ധ്യാപക കേന്ദ്രീകൃത വിദ്യാഭ്യാസത്തിന്റെ വക്താക്കളും പ്രയോക്താക്കളുമായിരുന്നു പഴയ അദ്ധ്യാപകർ. ഈ രീതിശാസ്ത്രം

മാറ്റുകയും ശിശുകേന്ദ്രീകൃത വിദ്യാഭ്യാസം നടപ്പിലാക്കുകയും ചെയ്തു. അതുകൊണ്ട് ഈ മാറ്റം അദ്ധ്യാപകരിൽ ഉണ്ടാക്കുക എന്നതായിരുന്നു ആദ്യഘട്ട പരിശീലനങ്ങളുടെ പ്രധാന ലക്ഷ്യം. തുടർന്ന് സാങ്കേതിക വിദ്യ നല്ലതുപോലെ പരിചയപ്പെടുത്തിക്കൊണ്ട് സമഗ്രപോലെയുള്ള പോർട്ടലുകൾ നല്ലതുപോലെ കൈകാര്യം ചെയ്യുവാൻ കഴിവുള്ളവരാക്കി അദ്ധ്യാപകരെ മാറ്റുന്നതിനും വേണ്ടിയായിരുന്നു മൊഡ്യൂളുകൾ തയ്യാറാക്കിയത്. പെഡഗോജിയിലെ സമഗ്രമായ മാറ്റം ഉൾക്കൊള്ളുവാൻ പറ്റുന്ന രീതിയിലുള്ള പരിശീലനക്രമങ്ങൾ പരിശീലനത്തിൽ ഉൾപ്പെടുത്തിയിരുന്നു. ടെക്നോ പെഡഗോജി എന്ന ക്രിട്ടിക്കൽ പെഡഗോജിയുടെ ആധുനികരൂപം അനായാസേന കൈകാര്യം ചെയ്യുന്നതിന് അദ്ധ്യാപകരെ പ്രാപ്തരാക്കുവാൻ ഒരു പരിധിവരെ കഴിഞ്ഞു. കുട്ടിക്ക് കുറെ വിവരങ്ങൾ എത്തിച്ചുകൊടുത്ത് അവ ഓർക്കുന്നുണ്ടോ എന്ന് പരിശോധിക്കുന്ന സാമ്പ്രദായിക രീതി മാറ്റിയെടുക്കുവാൻ കഴിഞ്ഞു. ശേഖരിക്കപ്പെടുന്ന വിവരങ്ങളെ അറിവുകളാക്കി മാറ്റുന്നതിന് പ്രേരിപ്പിക്കുകയും സഹായിക്കുകയും ചെയ്യുന്നവരായി അദ്ധ്യാപകരെ മാറ്റുവാനാണ് അദ്ധ്യാപക ശാക്തീകരണത്തിലൂടെ ലക്ഷ്യമിട്ടത്.

വിവരങ്ങളെ അറിവാക്കി മാറ്റുന്ന പ്രക്രിയയിലെ പ്രധാന ഉപകരണങ്ങൾ അന്വേഷണ ഭാവവും ചിന്തയും സ്വയം ചോദ്യങ്ങൾ ഉന്നയിക്കുകയും ചെയ്യുന്ന മനസ്സുമാണ്. മനസ്സിന്റെ ഈ ഭാവമാറ്റമാണ് ഇടതുബദലിന്റെ കേന്ദ്രബിന്ദു. വിവരങ്ങൾ (informations) സ്വായത്തമാക്കി മനഃപാഠമാക്കി വ്യവസ്ഥിതിയോടെ ചേർത്തു വയ്ക്കുമ്പോഴാണ് വ്യവസ്ഥിതിയുടെ വക്താക്കളായി തലമുറ മാറുന്നത്. മറിച്ച് വിമർശനാത്മകമായ അന്വേഷണത്തിലൂടെ വിവരം അറിവായി മാറുമ്പോൾ വിമർശന മനസ്സ് രൂപപ്പെടുന്നു. ഈ ആശയോല്പാദനശേഷി കുട്ടിയിൽ ഉല്പാദിപ്പിക്കുന്ന അദ്ധ്യാപകർക്കു മാത്രമേ പുതിയ സമൂഹത്തെ കെട്ടിപ്പൊക്കുവാൻ കഴിയുന്ന തലമുറയെ വളർത്തുവാൻ കഴിയൂ. ഈ മാറ്റത്തിനുവേണ്ടി അദ്ധ്യാപകരെ ഒരുക്കുന്ന പരിശീലനങ്ങളാണ് പൊതുവിദ്യാഭ്യാസ യജ്ഞത്തിന്റെ അദ്ധ്യാപക ശാക്തീകരണ പദ്ധതി.

കേരളത്തിന്റെ ഈ ബദൽ വിദ്യാഭ്യാസത്തിന് സുപ്രധാനമായ മൂന്ന് മുദ്രാവാക്യങ്ങളുണ്ട്.

1. സാമൂഹ്യമുദ്രാവാക്യം-പാർശ്വവല്ക്കരണമില്ലാത്ത സമൂഹത്തെ സൃഷ്ടിക്കുക. സൗജന്യവും സാർവ്വത്രികവും എല്ലാവരെയും ഉൾക്കൊള്ളുന്നതു (All inclusive)മായ വിദ്യാഭ്യാസത്തിലൂടെ ഉല്പാദിപ്പിക്കപ്പെട്ട സമത്വബോധത്തെ ഉപയോഗിച്ച് പാർശ്വവല്ക്കരണത്തെ ഇല്ലാതാക്കുന്ന അവസ്ഥ സൃഷ്ടിക്കുക. പാർശ്വവല്ക്കരണത്തിന്റെ ലോകത്ത് ഇതാ ഒരുബദൽ വിദ്യാഭ്യാസ സങ്കല്പം. പാർശ്വവല്ക്കരണമില്ലാത്ത ജനതയുടെ സൃഷ്ടിയാണ് വികസനത്തിന്റെ ഭൂമിക എന്നതും ശ്രദ്ധേയമാണ്.

2. അക്കാദമിക് മുദ്രാവാക്യം - കാമ്പസ് തന്നെ ഒരു പാഠപുസ്തകം എന്ന ആശയത്തെ അടിസ്ഥാനമാക്കി പുതിയ തലമുറയെ അക്കാദമിക് മികവിന്റെ ലോകമാതൃകയാക്കുക. ശിശുകേന്ദ്രീകൃത വിദ്യാഭ്യാസമെന്ന ആധുനിക പഠനരീതിശാസ്ത്രം ഉപയോഗിച്ചും ടാലന്റ് ലാബ് എന്ന സർഗ്ഗാന്വേഷണ പ്രക്രിയ വ്യാപിപ്പിച്ചും ഒരു കുട്ടി ഒരു യൂണിറ്റ് എന്ന അടിസ്ഥാന വിദ്യാഭ്യാസ സങ്കല്പം യാഥാർത്ഥ്യമാക്കിയും ആണ് അക്കാദമിക് നിലവാരവളർച്ചയുണ്ടാക്കുവാൻ ശ്രമിക്കുന്നത്. 25 കുട്ടികൾക്ക് ഒരു മെന്റർ എന്ന മോണിറ്ററിങ് രീതി (സഹിതം പോർട്ടൽ) യും നല്ലതുപോലെ ഉപയോഗിക്കുന്നു. ഒരു ക്ലാസ് ഒരു യൂണിറ്റായി കണ്ടിരുന്ന പഴയരീതി മാറ്റിയിരിക്കുന്നു. അതുകൊണ്ട് ഒരു കുട്ടിയുടെ തനതായ സർഗ്ഗശേഷി പൂർണ്ണമായി വികസിപ്പിക്കുവാനുള്ള സാദ്ധ്യത കേരളത്തിന്റെ വിദ്യാഭ്യാസ രീതിയിൽ ഉണ്ടാകുന്നു. ഇന്ന് ഒരു കുട്ടി ഒരു യൂണിറ്റാണ്. കുട്ടിയെ തിരിച്ചറിയുന്നതാണ് ശിശുകേന്ദ്രീകൃത വിദ്യാഭ്യാസത്തിന്റെ മർമ്മം. കുട്ടിയുടെ സമഗ്ര വളർച്ചയുടെ അടിസ്ഥാന ആശയം ഇതാണ്.
3. സാംസ്കാരിക മുദ്രാവാക്യം - ജനാധിപത്യ മതനിരപേക്ഷ മനസ്സ് ഉല്പാദിപ്പിക്കുക എന്നാണ് ഈ മുദ്രാവാക്യം. ഇന്ത്യയിലെ കേന്ദ്ര ഭരണകൂടത്തിന്റെ കാബിനറ്റ് അംഗീകരിച്ച പുതിയ വിദ്യാഭ്യാസ നയ (എൻ ഇ പി)ത്തിന്റെ സാംസ്കാരിക മുദ്രാവാക്യത്തെ നിരാകരിക്കുന്നതാണ് കേരള ബദൽ. ഇന്ത്യൻ ഭരണഘടന വിഭാവനം ചെയ്ത മതനിരപേക്ഷത യാഥാർത്ഥ്യമാക്കുവാൻ ലക്ഷ്യമിടുന്നതാണ് ഈ മുദ്രാവാക്യം. അതുകൊണ്ട് വിദ്യാഭ്യാസരംഗത്ത് ഈ രീതിയിലും ദേശീയ ബദലായി കേരളം നില്ക്കുന്നു. എൻ ഇ പി മുന്നോട്ടു വയ്ക്കുന്നത് ഫെഡറലിസത്തെ തകർക്കുന്ന പൂർണ്ണകേന്ദ്രീകരണവും വർഗ്ഗീയവല്ക്കരണവും ആണ്. വികലമായ ഈ പുതിയ നയം കേരളം നടപ്പിലാക്കുന്നില്ല എന്ന് പ്രത്യേകം പറയേണ്ടതില്ലല്ലോ. എൻ ഇ പി ഫെഡറലിസത്തെയും മതനിരപേക്ഷതയെയും തകർക്കും. നിലനില്ക്കുന്ന കേരളത്തിന്റെ വിദ്യാഭ്യാസരീതി (10+2+3)യിൽ മാറ്റം വരുത്തില്ല.

പൊതുവിദ്യാഭ്യാസ സംരക്ഷണ യജ്ഞത്തിന്റെ നേട്ടങ്ങൾ

1. ഈ നയം ജനങ്ങൾ പൂർണ്ണമായും അംഗീകരിച്ചു. വിദ്യാലയങ്ങൾ ജനങ്ങൾ ഏറ്റെടുത്തു. കൊറോണക്കാലത്തെ എസ് എസ് എൽ സി, +2 പരീക്ഷകളിൽ ജനങ്ങൾ നേരിട്ട് പങ്കാളിയായി. 2020-21 വർഷമടക്കം 6.8 ലക്ഷം കുട്ടികൾ പുതിയതായി പൊതുവിദ്യാഭ്യാസത്തിലേക്ക് വന്നുചേർന്നു. 20 വർഷത്തെ ചരിത്രം തിരുത്തിക്കൊണ്ടാണ് ഈ മാറ്റമുണ്ടായത്. ഗ്രാഫുകൾ കണക്കുകൾ വിശദീകരിക്കുന്നു.

വിദ്യാർത്ഥികളുടെ എണ്ണം

1990–91 മുതൽ 2018–19 വരെയുള്ള സർക്കാർ, എയ്ഡഡ് വിദ്യാർത്ഥികളുടെ എണ്ണവും വളർച്ചാ നിരക്കും താഴെ ഗ്രാഫ് 1 ൽ നല്കിയിരിക്കുന്നു. 17–18, 18–19 മുതൽ അതുവരെ കണ്ട പ്രവണതയിൽനിന്നും മാറി വരുന്നതായി കാണാം. ഗ്രാഫ് 2 ൽ ഇത് കൂടുതൽ സ്പഷ്ടമാകും.

ഗ്രാഫ് 1

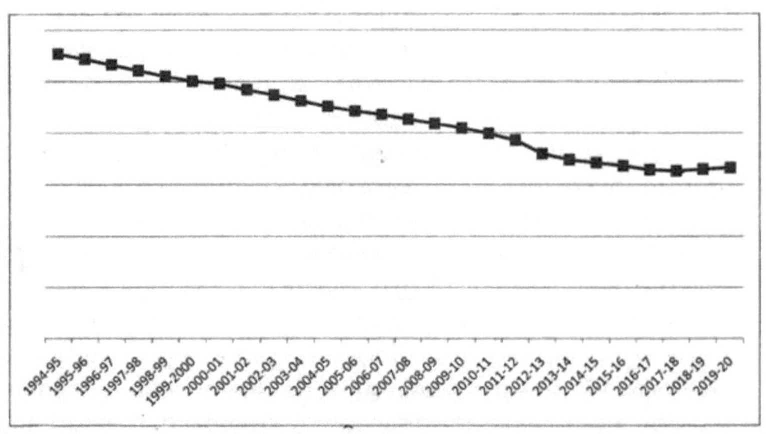

അവലംബം: ഡി ജി ഇ സ്റ്റാറ്റിസ്റ്റിക്സ്

ഗ്രാഫ് 2

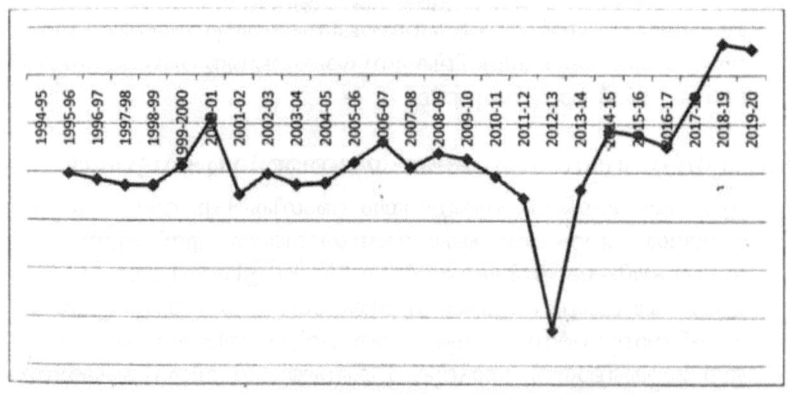

അവലംബം: ഡി ജി ഇ സ്റ്റാറ്റിസ്റ്റിക്സ്

2016–17 ന് ശേഷം ഓരോ വർഷവും സർക്കാർ, എയ്ഡഡ്, അൺ എയ്ഡഡ് വിദ്യാലയങ്ങളിൽ പ്രവേശനത്തിൽ ഉണ്ടായ പ്രവണതാമാറ്റം ഗ്രാഫ് 3 ൽ വ്യക്തമാണ്. പൊതുവിദ്യാലയങ്ങളായ സർക്കാർ, എയ്ഡഡ് വിദ്യാലയങ്ങളിൽ കുട്ടികളുടെ എണ്ണം വർദ്ധിക്കുന്നു. എന്നാൽ അൺ എയ്ഡഡ് വിദ്യാലയങ്ങളിൽ വർഷം കഴിയുംതോറും കുട്ടികളുടെ എണ്ണം കുറഞ്ഞുവരുന്നു.

ഗ്രാഫ് 3

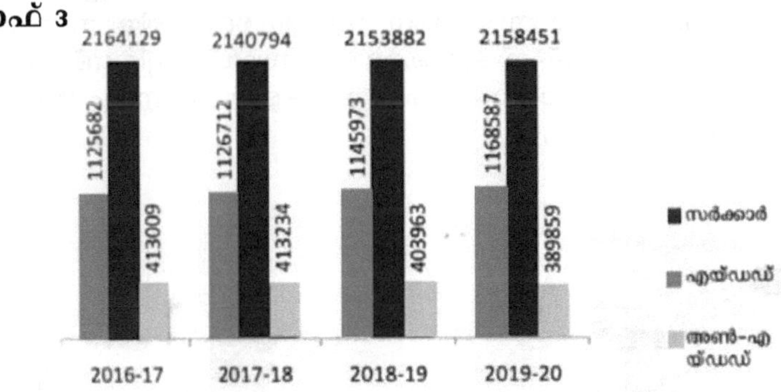

അവലംബം: ഡി ജി ഇ സ്റ്റാറ്റിസ്റ്റിക്സ്

സർക്കാർ വിദ്യാലയങ്ങളാണ് പ്രവേശന കാര്യത്തിൽ രക്ഷകർത്താക്കളെ ആകർഷിക്കുന്നതിൽ മുൻപന്തിയിൽ നിന്നത്. സർക്കാർ സ്കൂൾ ക്യാമ്പസുകളിൽ വന്ന പ്രകടമായ മാറ്റങ്ങൾ - അത് ഭൗതിക സൗകര്യങ്ങളുടെ കാര്യത്തിലായാലും അക്കാദമിക കാര്യങ്ങളിലായാലും രക്ഷകർത്താക്കളുടെ വിശ്വാസം ആർജ്ജിച്ചു എന്നതാണ് ഗ്രാഫ് 4 വെളിപ്പെടുത്തുന്നത്.

ഗ്രാഫ് 4. സർക്കാർ വിദ്യാലയങ്ങളിലെ എൻറോൾമെന്റ് പ്രവണത

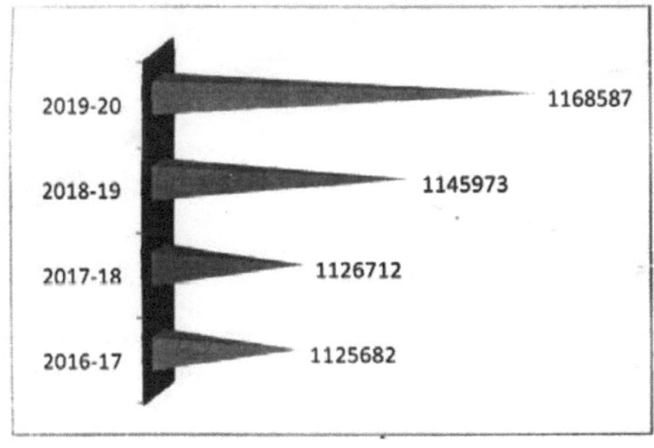

അവലംബം: ഡി ജി എ സ്റ്റാറ്റിസ്റ്റിക്സ്.

ഗ്രാഫ് 5. എയ്ഡഡ് വിദ്യാലയങ്ങളിലെ എൻറോൾമെന്റ് പ്രവണത

കൗതുകകരവും എന്നാൽ ഗൗരവമേറിയതുമായ പ്രവണതയാണ് എയ്ഡഡ് സ്കൂളുകൾ കാട്ടുന്നത്. സർക്കാർ വിദ്യാലയങ്ങളിലുണ്ടായ പരിവർത്തനങ്ങൾ അടുത്ത ഘട്ടമായാണ് എയ്ഡഡ് വിദ്യാലയങ്ങളിലു ണ്ടായത്. ഭൗതികസൗകര്യ വികസനത്തിനായി മാനേജ്മെന്റുകളുടെ കൂടി പിന്തുണയോടെ ചലഞ്ച് ഫണ്ട് മുതലായവ ആവിഷ്കരിച്ചു. മാത്രവു മല്ല പൊതുവിദ്യാഭ്യാസ സംരക്ഷണ യജ്ഞം ഉണ്ടാക്കിയ സാമൂഹിക അന്തരീക്ഷം എയ്ഡഡ് സ്കൂളുകളെയും സ്വാധീനിച്ചിട്ടുണ്ട്. 2018-19 മുതൽ എയ്ഡഡ് വിദ്യാലയങ്ങളിലെ കുട്ടികളുടെ എണ്ണവും വർദ്ധിച്ചു തുടങ്ങി. ഗ്രാഫ് 5 കാണുക.

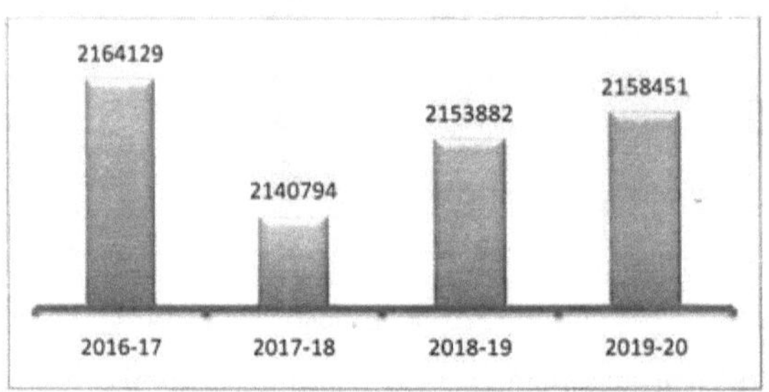

അവലംബം: ഡി ജി ഇ സ്റ്റാറ്റിസ്റ്റിക്സ്

ഗ്രാഫ് 6. അൺ എയ്ഡഡ് വിദ്യാലയങ്ങളിലെ എൻറോൾമെന്റ് പ്രവണത

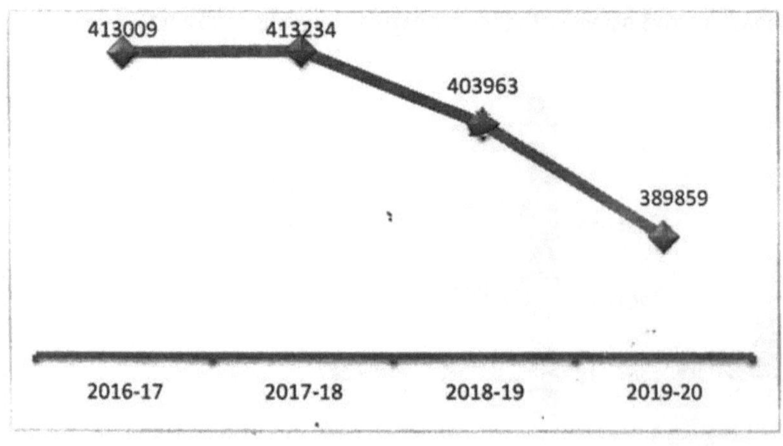

അവലംബം: ഡി ജി ഇ സ്റ്റാറ്റിസ്റ്റിക്സ്

പൊതുവിദ്യാലയങ്ങളിലെ പ്രവേശന പ്രവണതയുടെ നേരെ വിപരീത ദിശയാണ് അൺ എയ്ഡഡ് വിദ്യാലയങ്ങളിലുണ്ടായത് എന്ന് ഗ്രാഫ് 6 വ്യക്തമാക്കുന്നു. പൊതുവിദ്യാഭ്യാസ സംരക്ഷണ യജ്ഞത്തിന്റെ പ്രകടമായ പ്രയോജനം 2017-18 അക്കാദമിക വർഷം സർക്കാർ എയ്ഡഡ് മേഖലകളിൽ പോസിറ്റീവായ ചലനങ്ങളുണ്ടാക്കിയപ്പോൾ അത് അൺ എയ്ഡഡ് മേഖലയെ എങ്ങനെ ബാധിച്ചു എന്നത് വളരെ വ്യക്തമാണ്.

സർക്കാർ, എയ്ഡഡ് വിദ്യാലയങ്ങളിൽ കുട്ടികൾ പടിപടിയായി കുറഞ്ഞുവരുന്നതും സ്കൂളുകൾ മതിയായ എണ്ണം കുട്ടികളില്ലാത്തവയായി മാറിക്കൊണ്ട് പൊതുവിദ്യാഭ്യാസ രംഗം പ്രത്യേകിച്ചും പൊതുവിദ്യാലയങ്ങളുടെ നിലനില്പ് തന്നെ ചോദ്യം ചെയ്യപ്പെട്ടിരുന്ന ഘട്ടത്തിലാണ് ജനകീയ സഹകരണത്തോടെ പൊതുവിദ്യാഭ്യാസ സംരക്ഷണ യജ്ഞം ആരംഭിച്ചത്. ഇതുണ്ടാക്കിയ ആവേശം എൻറോൾമെന്റിനെ എങ്ങനെ ബാധിച്ചു എന്ന് ഇതിനകം വിശദീകരിച്ചിട്ടുണ്ട്. 2017-18, 2018-19, 2019-20, വർഷങ്ങളിലായി 5.05 ലക്ഷം കുട്ടികളാണ് കൂടുതലായി പൊതുവിദ്യാലയങ്ങളിൽ എത്തിച്ചേർന്നത്. അങ്ങനെ എത്തിച്ചേർന്നവരുടെ വിശദാംശം പട്ടിക 7 ൽ നല്കിയിട്ടുണ്ട്. 2020-21 ൽ 1.75 ലക്ഷം കുട്ടികൾ കൂടുതലായി വന്നിട്ടുണ്ടെന്നാണ് പ്രാഥമിക വിവരങ്ങൾ വെളിപ്പെടുത്തുന്നത്. സ്കൂളുകൾ തുറക്കാഞ്ഞതിനാൽ കൃത്യമായ വിവരങ്ങൾ ലഭ്യമാകാൻ സമയമെടുക്കും. ഇങ്ങനെയായാൽ കഴിഞ്ഞ 4 വർഷങ്ങളിലായി 6.8 ലക്ഷം കുട്ടികൾ കൂടുതലായി പൊതു വിദ്യാലയങ്ങളിൽ എത്തിച്ചേർന്നു എന്നതാണ് വസ്തുത.

പട്ടിക 7 കൂടുതലായി
പൊതുവിദ്യാലയങ്ങളിൽ എത്തിച്ചേർന്ന കുട്ടികൾ

വർഷം	സർക്കാർ	എയ്ഡഡ്	ആകെ
2017-18	59852	96713	156565
2018-19	71360	113368	184728
2019-20	65216	98342	163558
2020-21	68742	106129	174871
ആകെ	**265170**	**414552**	**679722**

അവലംബം: ഡി ജി ഇ സ്റ്റാറ്റിസ്റ്റിക്സ്

കൊഴിഞ്ഞുപോക്ക്

ദേശീയ തലത്തിൽ കൊഴിഞ്ഞുപോക്ക് ഏറ്റവും കുറഞ്ഞ സംസ്ഥാനമാണ് നമ്മുടേത്. 2015-16 ൽ 8224 കുട്ടികളാണ് സ്കൂൾ വിദ്യാഭ്യാസ ഘട്ടത്തിൽ കൊഴിഞ്ഞുപോയത്. ആകെ കുട്ടികളുടെ 0.24% വരും ഇത്. 2019-20 ൽ പ്രൊവിഷണൽ ലിസ്റ്റ് പ്രകാരം കൊഴിഞ്ഞുപോയ കുട്ടികൾ എന്നത് 4032 കുട്ടികളായി കുറഞ്ഞു. ഗ്രാഫ് 7. ഇത് ആകെ കുട്ടികളുടെ 0.11% ആണ്. പൊതുവിദ്യാഭ്യാസ സംരക്ഷണയജ്ഞം ഉയർത്തിയ

സാമൂഹിക അന്തരീക്ഷവും കൊഴിഞ്ഞുപോക്ക് കുറയ്ക്കാൻ സഹായ കമായിട്ടുണ്ട് എന്ന് കാണാം.

ഗ്രാഫ് 7. കൊഴിഞ്ഞുപോക്ക് 2015–16 മുതൽ 2019–2020 വരെ

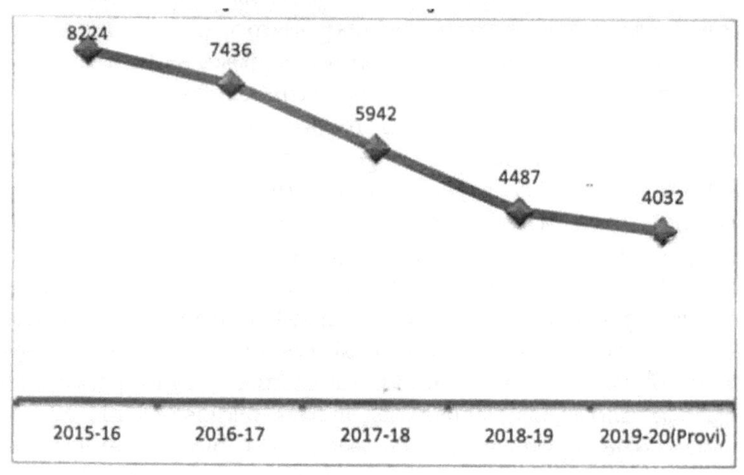

അവലംബം: ഇക്കണോമിക് റിവ്യൂ,
സംസ്ഥാന ആസൂത്രണ ബോർഡ്.

പട്ടികജാതി, പട്ടികവർഗ്ഗ വിഭാഗത്തിലും കൊഴിഞ്ഞുപോക്കിൽ പ്രകടമായ കുറവുണ്ടായി എന്നതാണ് ഗ്രാഫ് 8, 9 എന്നിവ വ്യക്തമാക്കുന്നത്.

ഗ്രാഫ് 8. കൊഴിഞ്ഞുപോക്ക് പ്രവണതയുടെ തോത്

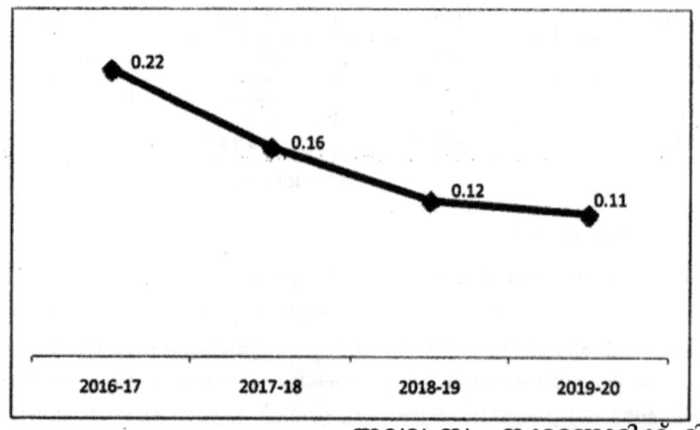

അവലംബം: ഇക്കണോമിക്ക് റിവ്യൂ,
സംസ്ഥാന ആസൂത്രണ ബോർഡ്

ഗ്രാഫ് 9. കൊഴിഞ്ഞുപോക്ക് പട്ടികവർഗ്ഗ വിഭാഗം

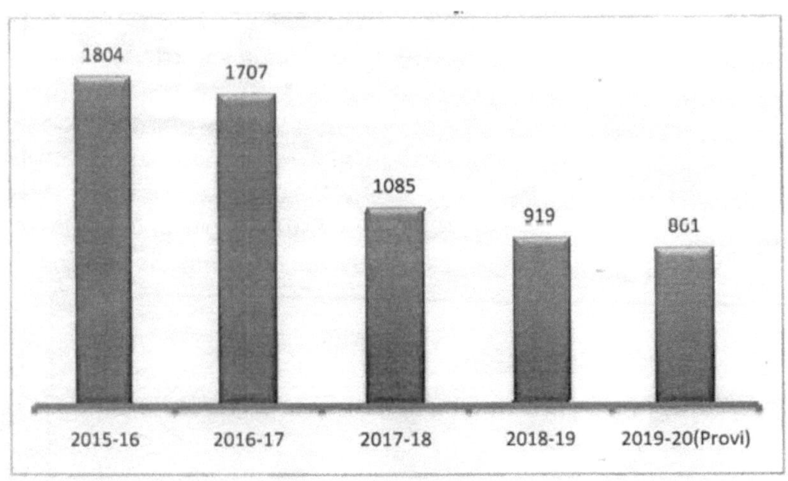

അവലംബം: ഇക്കണോമിക്ക് റിവ്യൂ,
സംസ്ഥാന ആസൂത്രണ ബോർഡ്

ഇതെല്ലാം സൂചിപ്പിക്കുന്നത് മതനിരപേക്ഷ ജനാധിപത്യ ഇടമായ പൊതുവിദ്യാലയങ്ങളിലുള്ള കേരളീയ സമൂഹത്തിന്റെ വിശ്വാസം അചഞ്ചലമായി തുടരുന്നു എന്നതാണ്. പൊതുവിദ്യാലയങ്ങളെ മികവിന്റെ കേന്ദ്രങ്ങളാക്കി മാറ്റി ഏറ്റവും മികച്ച വിദ്യാഭ്യാസം ഉറപ്പാക്കുക എന്ന നമ്മുടെ ഉത്തരവാദിത്വം വർദ്ധിക്കുന്നു എന്നതാണ്.

പരീക്ഷാ ഫലങ്ങൾ

കേരളീയ സമൂഹം ഏറ്റവും ഗൗരവത്തോടെ കാണുന്ന ഒന്നാണ് എസ് എസ് എൽ സി പരീക്ഷാ നടത്തിപ്പും അതിന്റെ ഫലപ്രഖ്യാപനവും. കേരള പിറവി മുതൽ 2019–20 വരെയുള്ള എസ് എസ് എൽ സി പരീക്ഷയുടെ ഫലത്തിന്റെ ചരിത്രം ഗ്രാഫ് 10 പ്രദാനം ചെയ്യുന്നു. പുതിയ പാഠ്യപദ്ധതിക്ക് അനുസൃതമായി പരിവർത്തനങ്ങൾ വന്നത് ഈ ഘട്ടം മുതലാണ്. കുട്ടികൾ വലിയ തോതിൽ ഉപരിപഠന അർഹത നേടി. കുട്ടികൾക്ക് എന്തറിയില്ല എന്നതിനു പകരം കുട്ടികൾക്ക് എന്തറിയാം എന്ന തലത്തിലേക്ക് മൂല്യനിർണ്ണയ ഉപാധികൾ മാറിവന്നത് വലിയ തോതിൽ പരീക്ഷാ ഫലത്തിൽ പ്രതിഫലിച്ചിട്ടുണ്ട്.

ഗ്രാഫ് 10. എസ് എസ് എൽ സി പരീക്ഷാ ഫലം 1957 മാർച്ച് മുതൽ

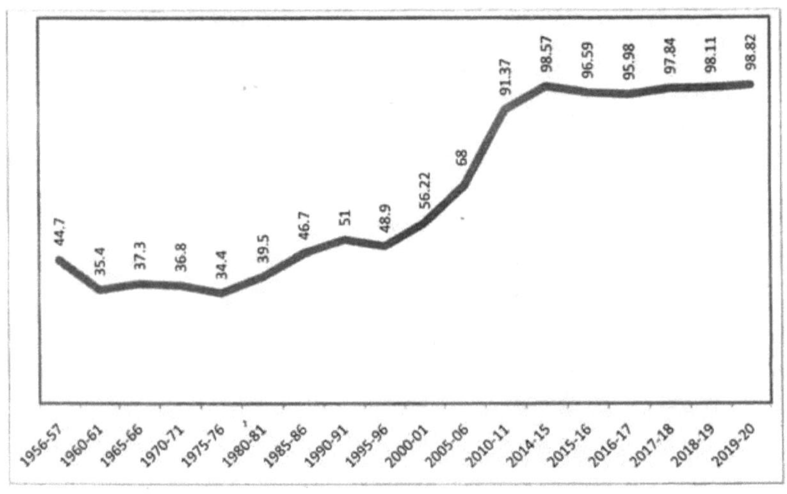

അവലംബം ഡി ജി ഇ സ്റ്റാറ്റിസ്റ്റിക്സ്

പൊതുവിദ്യാഭ്യാസ സംരക്ഷണ യജ്ഞം ഉയർത്തിയ സാമൂഹിക അന്തരീക്ഷം പരീക്ഷാ ഫലത്തെ എങ്ങനെ ബാധിച്ചു എന്ന് ഗ്രാഫ് 9 വ്യക്തമാക്കുന്നു.

ഗ്രാഫ് 11. എസ് എസ് എൽ സി

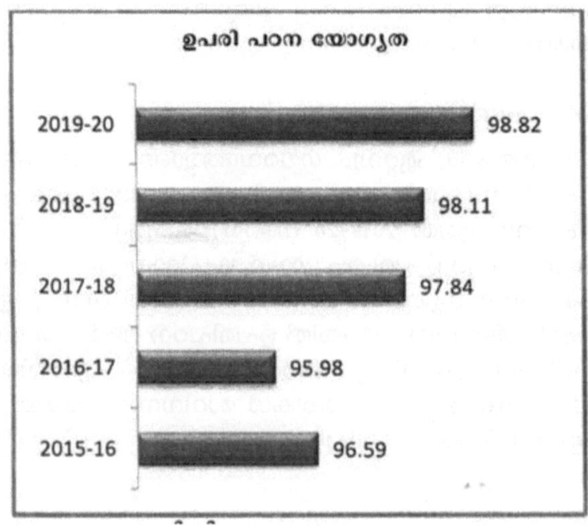

അവലംബം: ഡി ജി ഇ സ്റ്റാറ്റിസ്റ്റിക്സ്

പരീക്ഷാ ഫലത്തിൽ കേവലമായ വർദ്ധനയല്ല ഉണ്ടായിട്ടുള്ളത്. ഗുണതയുടെ കാര്യത്തിലും വലിയ മാറ്റങ്ങൾ ഉണ്ടായിട്ടുണ്ട്. ഗുണതയുടെ അന്തിമ സൂചകം പരീക്ഷയിൽ എ+ മാത്രം നേടുക എന്നതല്ല എന്ന് അംഗീകരിച്ചുകൊണ്ട് തന്നെ ഇപ്പോൾ ലഭ്യമായ വിലയിരുത്തൽ സൂചകങ്ങളിൽ നമുക്ക് പരിഗണിക്കാവുന്ന ഒന്നാണിത്. ഇതു സംബന്ധിച്ച വിശദാംശങ്ങൾ ഗ്രാഫ് 12 ൽ നല്കിയിട്ടുണ്ട്.

ഗ്രാഫ് 12. എല്ലായിടങ്ങളിലും എ+ ഗ്രേഡ് നേടിയവർ

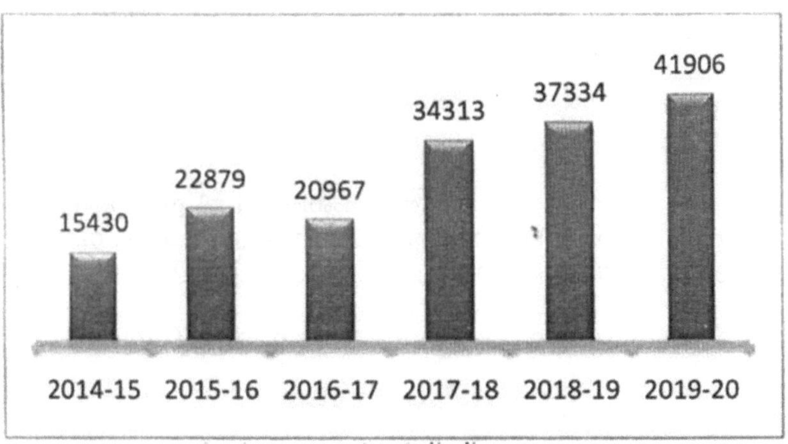

അവലംബം: ഡി ജി ഇ സ്റ്റാറ്റിസ്റ്റിക്സ്

ഏറെ ശ്രദ്ധിക്കേണ്ട ഒന്നാണ് ഗ്രാഫ് 13. ഏതെങ്കിലും വിഷയത്തിൽ ഡി ഗ്രേഡോ അതിൽ കുറവോ നേടിയാൽ കുട്ടി ഉപരിപഠന യോഗ്യത നേടിയിട്ടില്ല എന്നാണർത്ഥം. അങ്ങനെയുള്ള കുട്ടികളുടെ എണ്ണം ഗണ്യമായി കുറയുകയുണ്ടായി എന്ന് ഗ്രാഫ് 13 വ്യക്തമാക്കുന്നു. 2016-17 ൽ ഇങ്ങനെയുള്ള കുട്ടികൾ 17,961 ആയിരുന്നു. അതായത് ആകെ പരീക്ഷ എഴുതിയ കുട്ടികളുടെ 4.38% വരും ഇത്. 2019-20 ൽ അവരുടെ സംഖ്യ 4,546 (1.07%) ആയി കുറഞ്ഞു.

ഗ്രാഫ് 13. ഏതെങ്കിലും വിഷയത്തിൽ ഡി ഗ്രേഡോ അതിൽ കുറവോ

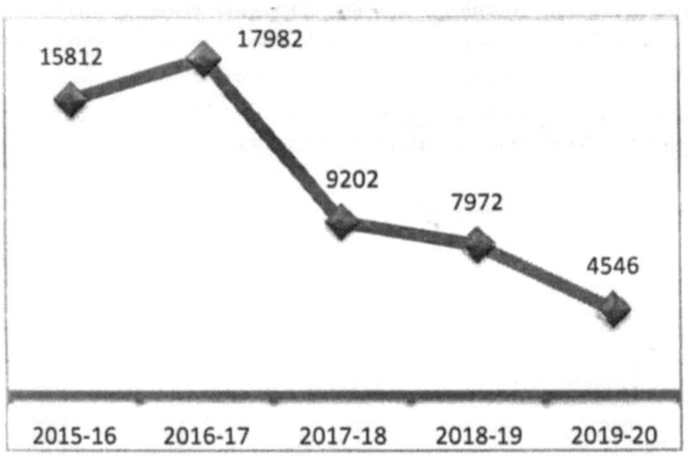

അവലംബം: ഡി ജി ഇ സ്റ്റാറ്റിസ്റ്റിക്സ്

ഹയർ സെക്കന്ററി വിഭാഗത്തിലും മാറ്റങ്ങൾ പ്രകടമാണ്. വന്ന മാറ്റങ്ങൾ ഗ്രാഫ് 14 ൽ വ്യക്തമാണ്.

ഗ്രാഫ് 14. ഹയർ സെക്കന്ററി സ്കൂൾ ഗോയിങ് (റഗുലർ)

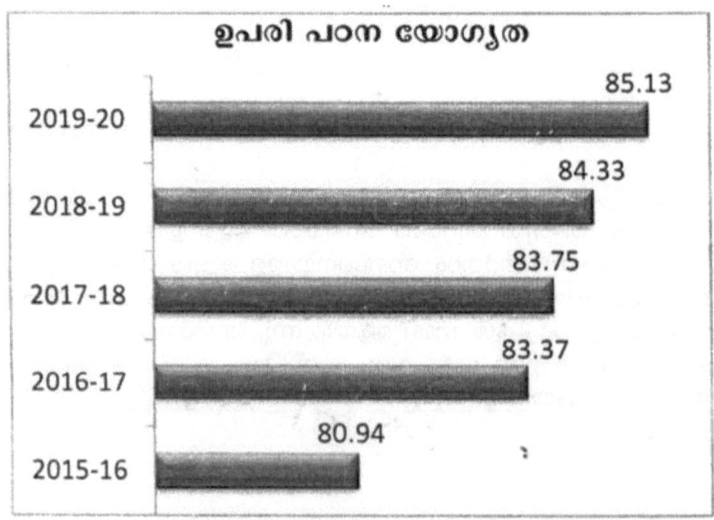

അവലംബം: ഡി ജി ഇ സ്റ്റാറ്റിസ്റ്റിക്സ്

വൊക്കേഷണൽ ഹയർ സെക്കന്ററി പൂർണ്ണമായും നാഷണൽ സ്കിൽ ക്വാളിഫിക്കേഷൻ ഫ്രെയിം വർക്കിലേക്ക് (NSQF) മാറി. ഇന്ത്യയിലാദ്യമായിട്ടാണ് രണ്ട് വർഷത്തിനുള്ളിൽ ഈ പൂർണ്ണമാറ്റം. ഇതോടെ വൊക്കേഷണൽ ഹയർ സെക്കന്ററി വിഭാഗത്തിൽ പഠിക്കുന്നവർക്ക് ദേശീയാംഗീകാരമുള്ള സർട്ടിഫിക്കറ്റ് ലഭിക്കുവാനുള്ള സാഹചര്യവുമുണ്ടായി.

ഡിജിറ്റൽ ഉള്ളടക്കനിർമ്മാണം

കമ്പ്യൂട്ടറും പ്രോജക്ടറും അനുബന്ധ ഉപകരണങ്ങളും ക്ലാസുമുറിയിൽ വയ്ക്കുക എന്നത് അക്കാദമിക് മികവിനു വേണ്ടിയുള്ള നടപടികളായിരുന്നു. ഇവ ഉപയോഗിക്കുവാനുള്ള ഡിജിറ്റൽ ഉള്ളടക്ക നിർമ്മാണമാണ് (Content Development) ഏറ്റവും പ്രധാനപ്പെട്ടത്. ഈ രംഗത്താണ് SCRET യും SSK യും KITE ഉം SIET യും നല്ലതുപോലെ ശ്രദ്ധിച്ചത്. 'സമഗ്ര'യുടെ സമഗ്രതയെല്ലാം ഈ ശ്രമത്തിന്റെ ഫലമായുണ്ടായതാണ്. ലോകത്തുള്ള ഏത് ആധുനിക വിദ്യാഭ്യാസ രംഗത്തുമുള്ള Content നോടും കിടപിടിക്കാവുന്ന തരത്തിലാണ്. കേരള വിദ്യാഭ്യാസ രംഗത്തുള്ള അക്കാദമിക് സംവിധാനങ്ങൾ വികസിച്ചത്. കേവലമായ വിവരശേഖരണത്തിനപ്പുറം നേടിയ അറിവിന്റെ ജ്ഞാന ഉല്പാദനത്തിലേക്ക് കുട്ടിക്ക് എത്തിച്ചേരാവുന്ന അക്കാദമിക് പരിസരം കേരളത്തിലുണ്ട്. ഈ മാറ്റത്തിന്റെ യഥാർത്ഥ പ്രതിഫലനം വരാൻ പോകുന്ന വർഷങ്ങളിൽ നമുക്ക് കാണുവാൻ പറ്റും എന്ന് വിശ്വസിക്കുന്നു. അക്കാദമിക് മികവാണ് വിദ്യാലയ മികവ് എന്ന ആശയം സാർത്ഥമാക്കുക എന്നതും പുതിയ ഒരു സമൂഹത്തെ സ്വപ്നം കാണുന്നതും യാഥാർത്ഥ്യമാക്കാൻ വെമ്പുന്നതുമായ മനസ്സ് ഉല്പാദിപ്പിക്കുക എന്നതും ആണ് പൊതുവിദ്യാഭ്യാസ സംരക്ഷണയജ്ഞം ലക്ഷ്യമാക്കുന്നത്. ജനകീയ പിന്തുണയുടെ ശക്തിയാണ് ഇതിനെല്ലാം ഊർജ്ജം പകരുന്നത്.

അക്കാദമിക് ഇതര മേഖലകൾ

അക്കാദമിക് ഇതര മേഖലകളിലും ഗണ്യമായ മാറ്റമുണ്ടായി. മേളകളെല്ലാം ഉത്സവങ്ങളാക്കി മാറ്റിക്കൊണ്ട് സൃഷ്ടിച്ച സാംസ്കാരിക ഭാവമാറ്റം ഏറെ ശ്രദ്ധേയമാണ്. കലോത്സവ, കായികോത്സവ, ശാസ്ത്രോത്സവ ചെലവുകളെല്ലാം സർക്കാർ നേരിട്ട് ഏറ്റെടുത്തു. മത്സരങ്ങളെ ഉത്സവങ്ങളാക്കി മാറ്റുവാനുള്ള ശ്രമം സർഗ്ഗശേഷി പ്രകടനരംഗത്ത് വലിയ ചലനങ്ങളുണ്ടാക്കി. ചെലവ് ചുരുക്കുവാനും അക്കാദമിക് ദിവസങ്ങൾ പരമാവധി കുറയ്ക്കുവാനും ഉത്സവ ഇനങ്ങൾ നിരവധി മടങ്ങ് മികവുറ്റതാക്കുവാനും കഴിഞ്ഞു. കഴിഞ്ഞ വർഷത്തെ കാസർഗോഡ് ജില്ലയിലെ കാഞ്ഞങ്ങാട് വച്ച് നടത്തിയ കലോത്സവം അതിന്റെ ഉദാഹരണം തന്നെയായി. കായിക മേഖലയിലും ശാസ്ത്രരംഗങ്ങളിലും പുതിയ പ്രതിഭ

കളെ കണ്ടെത്തുവാനും കഴിഞ്ഞു. *ശാസ്ത്രരംഗം* എന്ന ഒരു പ്രസിദ്ധീകരണം തന്നെ തുടങ്ങുവാൻ കഴിഞ്ഞു.

2. 140 നിയോജക മണ്ഡലങ്ങളിലെ 80% സ്കൂളുകളും നവീകരിച്ചുകൊണ്ടിരിക്കുന്നു. എല്ലാ മണ്ഡലത്തിലെയും തലയെടുപ്പുള്ള വിദ്യാലയങ്ങളായി സർക്കാർ വിദ്യാലയങ്ങൾ മാറിയിരിക്കുന്നു. കിഫ്ബി, പ്ലാൻഫണ്ട്, നബാർഡ്, എം എൽ എ - എം പി ഫണ്ടുകൾ, തദ്ദേശ സ്വയംഭരണ സ്ഥാപനങ്ങളുടെ പ്ലാൻ ഫണ്ടുകൾ, അഭ്യുദയകാംക്ഷികളുടെ സംഭാവനകൾ തുടങ്ങിയ നിക്ഷേപങ്ങളാണ് ഈ മാറ്റങ്ങൾക്ക് കാരണമായത്, 5 വർഷത്തിനുള്ളിൽ ഇത്രയധികം ഭൗതിക സാഹചര്യമാറ്റമുണ്ടാകുന്നത് ചരിത്ര നേട്ടമാണ്. വിദ്യാലയങ്ങൾ ഹൈടെക്കാക്കുന്നതിൽ 155 കോടി രൂപയുടെ ജനപങ്കാളിത്തമുണ്ടായി. മികവിന്റെ കേന്ദ്രങ്ങൾ എന്ന പദ്ധതിയിൽ മാത്രം 705 കോടി രൂപയുടെ നിക്ഷേപം ഉണ്ടായി. ജനങ്ങളുടെ അദ്ധ്വാനം കൂടി കണക്കിലെടുത്താൽ ജനപങ്കാളിത്തത്തിലൂടെ ഉണ്ടായ നിക്ഷേപം ഇപ്പോൾ മതിപ്പ് കണക്കാക്കിയിട്ടുള്ളതിനേക്കാൾ എത്രയോ കൂടുതലായിരിക്കും.
3. മൂലധനത്തിനും കമ്പോളത്തിനും സാമ്രാജ്യത്വത്തിനും ആവശ്യമായ തൊഴിൽ നൈപുണ്യം വളർത്തിയെടുക്കുക എന്നുള്ളതല്ല കേരള വിദ്യാഭ്യാസത്തിന്റെ ലക്ഷ്യം. ഒരു മനുഷ്യനെ വളർത്തിയെടുത്ത് അയാളെ തൊഴിൽ നൈപുണ്യമുള്ളതാക്കി മാറ്റുക. ഓരോ മേഖലയിലെയും തൊഴിലാളിക്ക് മാനവികതയിൽ ഊന്നിയ തൊഴിൽസംസ്കാരം ഉണ്ടാകണം. ഇത് വലിയൊരു മാറ്റമാണ്. തൊഴിൽ സംസ്കാരത്തിലും നൈതികതയിലും നവോത്ഥാനമാണ് ലക്ഷ്യമിടുന്നത്. ഒരുപക്ഷേ, കേരളത്തിന്റെ ബദൽ വിദ്യാഭ്യാസത്തിന്റെ ഏറ്റവും നല്ല ലക്ഷ്യങ്ങളിൽ ഒന്ന് ഇതാകാം. കേരളത്തിന്റെ വിദ്യാഭ്യാസം നവോത്ഥാനത്തിന്റെ പാതയിലാണ് എന്ന് അനുഭവമുണ്ടാക്കി. തൊഴിൽരംഗത്ത് സാർത്ഥകവും ഗുണപരവുമായ മാറ്റങ്ങളുണ്ടാകും എന്നത് സുപ്രധാനമായ നേട്ടമാണ്.
4. 100 ശതമാനം വിദ്യാലയങ്ങളും ഹൈടെക്കായി മാറി.
   ഒന്നു മുതൽ 12 വരെയുള്ള 12,000 സ്കൂളുകളും ഹൈടെക്കായി. ഇന്ത്യയിലെ ആദ്യത്തെ ഡിജിറ്റൽ സംസ്ഥാനമായി കേരളം മാറി.
5. 8 മുതൽ 12 വരെയുള്ള 100 ശതമാനം ക്ലാസുകളും (45,000) ഹൈടെക്കായി. കുട്ടികൾക്ക് ആധുനിക സാങ്കേതികവിദ്യ പ്രാപ്യമായി എന്നതിനപ്പുറം നിർഭയമായി സാങ്കേതികവിദ്യയെ നേരിട്ട് ഉപയോഗിക്കാൻ സാധാരണക്കാരുടെ വീടുകളിൽ നിന്നെത്തുന്ന കുട്ടികൾക്കും സാദ്ധ്യമാകുന്നു. ഇത് ചെറിയ കാര്യമല്ല.
6. 1 മുതൽ 7 വരെയുള്ള 100 ശതമാനം സ്കൂളുകളും കമ്പ്യൂട്ടർ ലാബുള്ള ഹൈടെക് സ്കൂളായി മാറി.

7. 100 ശതമാനം അദ്ധ്യാപകരും ആധുനിക സാങ്കേതിക വിദ്യ ഉപയോഗിച്ച് ക്ലാസെടുക്കുവാൻ പ്രാപ്തരായി. 100 ശതമാനം അദ്ധ്യാപകർക്കും ഉദ്യോഗസ്ഥർക്കും വിദഗ്ദ്ധമായ പരിശീലനം ലഭിച്ചു. സാമ്പ്രദായിക പരിശീലന രീതികൾ പൂർണ്ണമായി മാറ്റിയെടുത്തു. സമഗ്ര പോർട്ടൽ ഉപയോഗിച്ച് ക്ലാസെടുക്കുവാൻ അദ്ധ്യാപകർ പ്രാപ്തരായി.
8. 100 ശതമാനം കുട്ടികൾക്കും ഡിജിറ്റൽ പഠനം (ഓൺലൈൻ) ജനകീയമായി നല്കുവാൻ കഴിഞ്ഞത് ചരിത്രനേട്ടമാണ്. ജീവിതത്തിന്റെ എല്ലാ തുറകളിലുമുള്ളവർ ഈ വിജയത്തിൽ പങ്കാളികളായതോടെ ജനകീയ വിദ്യാഭ്യാസമെന്ന സങ്കല്പം കൂടുതൽ അർത്ഥപൂർണ്ണമായി.
9. 10,000 കാമ്പസുകൾ ജൈവവൈവിദ്ധ്യ ഉദ്യാനങ്ങളായി മാറി. കാമ്പസ് ഒരു പാഠപുസ്തകം എന്ന ആശയം 80% വും സാർത്ഥമായി. ലോക വിദ്യാലയരംഗത്ത് പ്രധാന ചുവടുവെപ്പാണിത്.
10. 50,000 ക്ലാസുകളിൽ ക്ലാസ് റൂം ലൈബ്രറി ഉണ്ടായി.
11. ടെക്നോ പെഡഗോജിയെന്ന ആധുനിക ബോധനശാസ്ത്ര പ്രയോഗം കൂടുതൽ കാര്യക്ഷമമാക്കുവാൻ വേണ്ടി 100% പാഠഭാഗങ്ങളും സമഗ്രപോർട്ടലിൽ അപ്‌ലോഡ് ചെയ്തു. പൊതുവിദ്യാഭ്യാസരംഗത്തെ ഏറ്റവും വിപുലവും ആധുനികവുമായ പഠന/അദ്ധ്യയന പോർട്ടലാണ് സമഗ്ര. പൊതുവിദ്യാഭ്യാസരംഗത്ത് ലോകശ്രദ്ധയാകർഷിച്ചുകൊണ്ടിരിക്കുകയാണ് സമഗ്ര.
12. 100% സ്കൂളുകൾക്കും ഭൗതിക മാസ്റ്റർ പ്ലാനും അക്കാദമിക മാസ്റ്റർപ്ലാനും ഉണ്ടായി. തുടർന്ന് വ്യക്തിഗത മാസ്റ്റർ പ്ലാനിലേക്ക് പോകുകയാണ്. ഇത് പൊതുവിദ്യാഭ്യാസരംഗത്തെ ഏറ്റവും വലിയ നേട്ടമാകും.
13. അഡ്മിഷനും പ്രമോഷനും ട്രാൻസ്ഫറുമെല്ലാം ഓൺലൈനായി.
14. ലോകചരിത്രം രചിക്കപ്പെടുന്നു - ജി ഡി പി യുടെ 6% തുക വിദ്യാഭ്യാസരംഗത്ത് നിക്ഷേപിക്കണമെന്ന് കോത്താരി കമ്മീഷൻ പറയുന്നു. തുടർന്നുള്ള വിദ്യാഭ്യാസ വിദഗ്ദ്ധരെല്ലാം ഇത് ആവർത്തിച്ചു. പക്ഷേ, കേന്ദ്ര, സംസ്ഥാന സർക്കാരുകൾ ഇതുവരെ ജി ഡി പി യുടെ 6% നിക്ഷേപം നടത്തിയിട്ടില്ല. ലോകത്ത് മറ്റ് രാജ്യങ്ങളിലും ഇതു തന്നെയാണ് സ്ഥിതി. ജി ഡി പി യുടെ 6% പൊതുനിക്ഷേപം (സോഷ്യലിസ്റ്റ് രാജ്യങ്ങളിലൊഴികെ) ലോകത്തൊരിടത്തും ഇല്ല. പക്ഷേ, കേരളത്തിൽ ജി എസ് ഡി പിയുടെ ഏകദേശം 6 ശതമാനത്തോളം പൊതുനിക്ഷേപം വിദ്യാഭ്യാസരംഗത്ത് നടക്കുന്നു. കിഫ്ബിയാണ് ഈ നിക്ഷേപത്തിൽ വലിയ പങ്ക് വഹിക്കുന്നത്. അങ്ങനെ കിഫ്ബി സാമ്പത്തികരംഗത്തും വിദ്യാഭ്യാസരംഗത്തും ചരിത്രം സൃഷ്ടിക്കുകയാണ്.

15. ഡ്രോപ് ഔട്ട് നിരക്കുകൾ ഗണ്യമായ തോതിൽ കുറഞ്ഞു. ഇന്ത്യയിൽ ഏറ്റവും കുറച്ച് ഡ്രോപ് ഔട്ട് കേരളത്തിലാണ്.
16. സാക്ഷരതാ നിരക്ക് രാജ്യത്ത് റെക്കോർഡായി (96.2%) ഉയർന്നു.
17. പെൺ-ആൺ സാക്ഷരതാ നിരക്കുകൾ തമ്മിലുള്ള വ്യത്യാസം കേവലം 2.2% മാത്രമുള്ള സംസ്ഥാനമായി കേരളം മാറി. ഇക്കാര്യത്തിൽ രാജ്യത്ത് ഒന്നാം സ്ഥാനത്താണ് നാം.
18. ഭരണഘടനാ ആശയങ്ങൾ ഭീഷണി നേരിടുമ്പോൾ എസ് സി ഇ ആർ ടി യും സാക്ഷരതാ മിഷനും ഭരണഘടനാ സാക്ഷരത നടപ്പിലാക്കുവാൻ ശ്രമിച്ചു.
19. 100 ശതമാനം പാഠപുസ്തകങ്ങളും അപ്‌ലോഡ് ചെയ്ത പഠനവിഭവ പോർട്ടൽ സമഗ്ര നടപ്പിലാക്കി. ബോധന ശാസ്ത്ര രംഗത്തെ വിപ്ലവമാണ് സമഗ്ര.
20. ഓൺലൈൻ പരിശീലന പോർട്ടൽ KOOL നടപ്പിലാക്കി.
21. ഐ സി ടി പഠനത്തെ സഹായിക്കുവാനായി 15,000 കുട്ടികൾ ഉൾപ്പെട്ട ലിറ്റിൽ കൈറ്റ്സ് നടപ്പിലാക്കി.
22. സ്കൂൾ മാനേജ്മെന്റ് സിസ്റ്റം സമഗ്രവും സമ്പൂർണ്ണവുമാക്കാൻ 'സമ്പൂർണ്ണ' നടപ്പിലാക്കി.
23. എല്ലാ അഡ്മിഷനുകളും ആധുനിക ഡിജിറ്റൽ സംവിധാനത്തിലൂടെയായി.
24. അദ്ധ്യാപക നിയമനം സുതാര്യവും വേഗതയുള്ളതുമാക്കുവാൻ വേണ്ടി 'സമന്വയ' നടപ്പിലാക്കി.
25. സ്കൂൾ ഡാറ്റാ ബേസ് പൂർണ്ണമാക്കുവാൻ വേണ്ടി 'സമേതം' നടപ്പിലാക്കി.
26. കുട്ടികളുടെ മെന്ററിങ് സമഗ്രമാക്കുവാൻ 'സഹിതം' പദ്ധതി നടപ്പിലാക്കി.
27. മലയാളം, ഇംഗ്ലീഷ്, ഹിന്ദി ഭാഷകൾ നല്ലതുപോലെ പഠിക്കുവാൻ സമഗ്രശിക്ഷാ കേരള നിരവധി പദ്ധതികൾ നടപ്പിലാക്കി. ഭാഷാപ്രയോഗ പ്രശ്നങ്ങൾ കുറയ്ക്കുവാൻ കഴിഞ്ഞു.
28. ഭരണ-അദ്ധ്യയന-പഠനരംഗങ്ങളിൽ ഏറ്റവും ആധുനിക സംവിധാനങ്ങൾ നടപ്പിലാക്കി.
29. എൻറോൾമെന്റ് റേഷ്യോ വർദ്ധിച്ചു.
30. സ്കൂൾ വിക്കി ലോകപ്രശസ്തമായി.

ഈ സംവിധാനങ്ങളെല്ലാം നടപ്പിലാക്കുന്നത് അക്കാദമിക് രംഗത്ത് മികവ് നേടുന്നതിനു വേണ്ടിയാണ്. **അക്കാദമിക് മികവ് വിദ്യാലയത്തിന്റെ മികവ്** എന്ന മുദ്രാവാക്യം സാർത്ഥകമായിത്തുടങ്ങിയിട്ടുണ്ട് എന്ന് ചില കണക്കുകൾ തെളിയിക്കുന്നു.

1. മേല്പറഞ്ഞ മാറ്റങ്ങൾ നടപ്പിലാക്കിയതിൽ തൃപ്തരായ ലക്ഷക്കണക്കിന് കുടുംബങ്ങൾ തങ്ങളുടെ മക്കളെ പൊതുവിദ്യാലയങ്ങളിലേക്ക് അയച്ചു. 20-21 ൽ അടക്കം 6.8 ലക്ഷം വിദ്യാർത്ഥികളാണ്

പൊതു വിദ്യാലയങ്ങളിലേക്ക് പുതുതായി വന്നത്. ഈ മാറ്റം തന്നെ മേൽ വിവരിച്ച മാറ്റങ്ങളുടെ പശ്ചാത്തലത്തിലാണ് എന്നത് സ്വാഗതാർഹമാണ്.

2. എസ് എസ് എൽ സി, ഹയർ സെക്കന്ററി പരീക്ഷാ ഫലങ്ങളിലുണ്ടായ മാറ്റങ്ങൾ നേരത്തേ പ്രതിപാദിച്ചിട്ടുണ്ട്. എൽ എസ് എസ്, യു എസ് എസ് പരീക്ഷകളിലും മാറ്റങ്ങൾ പ്രകടമാണ്.

പട്ടിക 8 സ്കോളർഷിപ്പ് പരീക്ഷ - പങ്കാളിത്തത്തിൽ വന്ന മാറ്റം

വർഷം	പരീക്ഷ എഴുതിയ കുട്ടികൾ		വിജയികൾ	
	എസ് എസ് എസ്	യു എസ് എസ്	എൽ എസ് എസ്	യു എസ് എസ്
2017-18	79715	57250	7170	4364
2018-19	88028	68855	12277	8463
2019-20	98785	82424	27190	8892

അവലംബം: പരീക്ഷാ ഭവൻ, തിരുവനന്തപുരം

3. 1,83,440 അദ്ധ്യാപകർ ഐ സി ടി പരിശീലനം ലഭിച്ചവരായി മാറി. ഇവർ ആധുനിക വിദ്യാഭ്യാസത്തിന്റെ വക്താക്കളും പ്രയോക്താക്കളുമായി മാറിക്കഴിഞ്ഞു. ടെക്നോ പെഡഗോജിയുടെ പ്രയോക്താക്കളാണ് പൊതുവിദ്യാഭ്യാസരംഗത്തെ അദ്ധ്യാപകർ. പണ്ട് അദ്ധ്യാപകർ കുട്ടികളെ പഠിപ്പിക്കുകയായിരുന്നു. ആധുനിക പഠനരംഗത്ത് അദ്ധ്യാപകർ കുട്ടികളെ അറിവിലേക്ക് നയിക്കുകയാണ്. ഈ പ്രക്രിയയുടെ പ്രധാന ഉപകരണമാണ് ആധുനിക ഐ സി ടി സംവിധാനങ്ങൾ.
4. എൻട്രൻസ് അടക്കമുള്ള മത്സരരംഗത്ത് പൊതുവിദ്യാലയങ്ങളിലെ കുട്ടികളുടെ പ്രകടനം മികച്ചതാകുന്നതായി കണക്കുകൾ തെളിയിക്കുന്നു.
5. സർഗ്ഗശേഷി പ്രകടനത്തിൽ വമ്പിച്ച കുതിപ്പാണ് കാണുന്നത്. 'അക്ഷരവൃക്ഷം' പരിപാടിയിൽ 50000 ലധികം കുട്ടികളാണ് സർഗ്ഗസൃഷ്ടികൾ സ്കൂൾ വിക്കിയിൽ അപ്‌ലോഡ് ചെയ്തത്. ഇതിന് ലിംക റെക്കോർഡ് ബുക്കിൽ അംഗീകാരവും ലഭിച്ചു.
6. എൽ എസ് എസ്, യു എസ് എസ് രംഗത്ത് വൻകുതിച്ചു ചാട്ടമാണ് കാണുന്ന്. അടിത്തട്ടിൽ അക്കാദമിക് മാറ്റങ്ങൾ ദൃശ്യമാകുന്നതിന്റെ ലക്ഷണങ്ങളാണിത്.
7. ദേശീയ കണക്കുകളിൽ തന്നെ അക്കാദമിക് വളർച്ചയുടെ ധാരാളം സൂചനകൾ കാണാം.

പൊതുവിദ്യാഭ്യാസവും തദ്ദേശ സ്വയംഭരണസ്ഥാപനങ്ങളും

അധികാര വികേന്ദ്രീകരണ രംഗത്ത് കേരളം ജനകീയമായി വികസിപ്പിച്ചെടുത്ത മാതൃകയാണ് ജനകീയാസൂത്രണം. അതുകൊണ്ടുതന്നെ തദ്ദേശ സ്ഥാപനങ്ങൾ ഇന്ന് ഭരണകൂടങ്ങളായി മാറിക്കഴിഞ്ഞു. ഈ ഭരണകൂടത്തിൻ കീഴിലാണ് കേരളത്തിന്റെ പൊതു വിദ്യാലയങ്ങളിലെ സർക്കാർ സ്കൂളുകൾ.

അധികാര വികേന്ദ്രീകരണം എന്നാൽ നിലവിലുള്ള ഭരണകൂടങ്ങളുടെ ജനാധിപത്യവല്ക്കരണമാണുദ്ദേശിക്കുന്നത്. അതായത് കൂടുതൽ ജനാധിപത്യസ്വഭാവമുള്ള ഭരണകൂടം താഴെത്തട്ടിൽ സൃഷ്ടിക്കുന്നതാണ് വികേന്ദ്രീകരണം. ചുരുക്കത്തിൽ ജനകീയ പ്രവർത്തനം കൂടുതൽ ശക്തമാക്കുവാൻ കഴിയുന്ന ഭരണകൂടമാകും തദ്ദേശ സ്വയംഭരണ സ്ഥാപനങ്ങൾ എന്നർത്ഥം. ഈ ലക്ഷ്യത്തിൽ നാല് ഘടകങ്ങളാണ് കേരളം അധികാരവികേന്ദ്രീകരണത്തിൽ ഉൾക്കൊള്ളിച്ചിട്ടുള്ളത്.

1. അധികാര വികേന്ദ്രീകരണം
2. ആസൂത്രണ വികേന്ദ്രീകരണം
3. ധനവികേന്ദ്രീകരണം
4. ഭരണപരമായ വികേന്ദ്രീകരണം

ഇതിൽ ആസൂത്രണ വികേന്ദ്രീകരണത്തിലൂടെയാണ് ഭരണതലത്തിലെ ജനപങ്കാളിത്തം വർദ്ധിപ്പിക്കുവാൻ കഴിയുക. ആസൂത്രണം ചെയ്തത് നടപ്പിലാക്കുവാൻ ധനം ആവശ്യമാണ്. ആസൂത്രണ വികേന്ദ്രീകരണം സാർത്ഥകമാക്കുവാൻ വേണ്ടിയാണ് ധനവികേന്ദ്രീകരണം നടപ്പിലാക്കുന്നത്. ആസൂത്രണം ചെയ്ത കാര്യങ്ങൾ നടപ്പിലാക്കുവാനുള്ള ഘടനയുണ്ടാക്കുവാൻ വേണ്ടിയാണ് ഭരണപരമായ വികേന്ദ്രീകരണം നിലനില്ക്കുന്നത്. അങ്ങനെയാണ് സ്കൂളുകളും മറ്റും പഞ്ചായത്തുകൾക്ക് കീഴിൽ വന്നത്.

ഈ ദാർശനിക പശ്ചാത്തലത്തിലാണ് വിദ്യാഭ്യാസത്തെ കേരളം ജനകീയമാക്കുന്നത്.

ഗ്രാമങ്ങളിലെ പ്രീപ്രൈമറി, പ്രൈമറി സ്കൂളുകൾ ഗ്രാമപഞ്ചായത്തിനു കീഴിലും ഗ്രാമീണ മേഖലയിലെ ഹൈസ്കൂൾ, ഹയർ സെക്കന്ററി സ്കൂളുകൾ ജില്ലാ പഞ്ചായത്തിന് കീഴിലും. നഗരപ്രദേശങ്ങളിലെ എല്ലാ സ്കൂളുകളും നഗരസഭ/കോർപ്പറേഷന്റെയും ചുമതലയ്ക്ക് കീഴിലായി.

തദ്ദേശസ്ഥാപനങ്ങൾക്കുള്ള പദ്ധതിവിഹിതത്തിൽ (ധനവികേന്ദ്രീകരണം) കഴിഞ്ഞ അഞ്ച് വർഷങ്ങളിലും വർദ്ധനവ് ഉണ്ടായിട്ടുണ്ട്. ഇതിലൂടെ വിദ്യാഭ്യാസരംഗത്ത് കൂടുതൽ ഇടപെടുവാനുള്ള സാദ്ധ്യതയും ഉണ്ടായിട്ടുണ്ട്. കണക്ക് ചുവടെ ചേർക്കുന്നു.

പട്ടിക 9 പദ്ധതി വിഹിതം

വർഷം	ബജറ്റിന്റെ ശതമാനം
2016-17	22.92
2017-18	23.50
2018-19	24.00
2019-20	24.50
2020-21	25.00

പദ്ധതിവിഹിതത്തിന്റെ വർദ്ധനവിലൂടെ മാത്രം ജനകീയ വിദ്യാഭ്യാസത്തിന്റെ വികാസം അർത്ഥപൂർണ്ണമാക്കുവാൻ കഴിയില്ല. അതുകൊണ്ട് തദ്ദേശ സ്ഥാപനങ്ങളുടെ കീഴിലുള്ള വിദ്യാഭ്യാസ്ഥാപനങ്ങളുടെ ഭൗതിക, അക്കാദമിക സൗകര്യങ്ങൾ മെച്ചപ്പെടുത്തുവാൻ വേണ്ടി എം പി, എം എൽ എ ഫണ്ടുകളും ആസ്തിവികസനഫണ്ടും നല്ലതുപോലെ ഉപയോഗിച്ചു. ഇതിലൂടെ ധനലഭ്യത ഉറപ്പുവരുത്തിയെന്നു മാത്രമല്ല ജനകീയത വർദ്ധിപ്പിക്കുവാൻ കൂടി കഴിഞ്ഞു. തദ്ദേശ സ്ഥാപനങ്ങളുടെ പ്ലാനിലേക്ക് കൂടുതൽ ധനലഭ്യത ഉറപ്പുവരുത്തിക്കൊണ്ട് അവരുടെ ഭരണപരമായ കർത്തവ്യം കൂടുതൽ നന്നായി നിറവേറ്റി. അധികാരവികേന്ദ്രീകണ സങ്കല്പങ്ങൾ ഇങ്ങനെ അർത്ഥവത്താക്കിയതുകൊണ്ടാണ് പൊതുവിദ്യാഭ്യാസം താഴെത്തട്ടിൽ ജനകീയമായത്.

സംസ്ഥാന സർക്കാർ മറ്റൊരു വിധത്തിൽ കൂടി തദ്ദേശസ്ഥാപനങ്ങളുടെ വിദ്യാലയങ്ങളെ സഹായിച്ചു. അതാണ് കിഫ്ബി. നേരിട്ട് തദ്ദേശ സ്ഥാപനങ്ങളുടെ ബജറ്റിലേക്ക് പണം എത്തുന്നില്ലെങ്കിലും കീഴിലുള്ള വിദ്യാലയങ്ങളുടെ വളർച്ച പൂർണ്ണമാക്കുവാൻ കിഫ്ബി സഹായം മൂലം കഴിഞ്ഞു. മിക്കവാറും എല്ലാ ഗ്രാമപഞ്ചായത്തുകളിലുമുള്ള സർക്കാർ വിദ്യാലയങ്ങൾ മെച്ചപ്പെടുത്തുവാനും ഹൈടെക്കാക്കുവാനും തദ്ദേശ

പൊതു വിദ്യാഭ്യാസ കാര്യാലയം

സ്ഥാപനങ്ങൾക്ക് കഴിഞ്ഞു. തങ്ങളുടെ ബജറ്റിന്റെ നിരവധി മടങ്ങ് ധന ലഭ്യതയാണ് ഇത്തരത്തിലുണ്ടായത്. അതുകൂടി കണക്കാക്കുമ്പോൾ ധന വികേന്ദ്രീകരണം ഒരുപക്ഷേ, മുമ്പെങ്ങും ഇല്ലാത്തവിധം വർദ്ധിച്ചു. തീർച്ചയായും വികേന്ദ്രീകൃതമായ ആസൂത്രണവും ഇതുവഴി കൂടുതൽ ശക്തമായിട്ടുണ്ട്. പൊതുവിദ്യാഭ്യാസസംരക്ഷണയജ്ഞത്തിന്റെ വളർച്ച ഈ മാറ്റങ്ങളിലൂടെയാണ് സംഭവിച്ചത്. എയ്ഡഡ് സ്കൂളുകളുടെ ഭൗതിക സാഹചര്യങ്ങൾ വർദ്ധിപ്പിക്കുവാൻ വേണ്ടി ചരിത്രത്തിലാദ്യമായി ഏർപ്പെടുത്തിയ ചലഞ്ച്ഫണ്ടും കൂടി ഈ ദിശയിൽ പുതുമയുള്ളതാണ്.

ഗ്രാമസഭകളിലെ സജീവതയും ഇതുമൂലം വർദ്ധിച്ചു. ഇതിലൂടെ കൂടുതൽ കുട്ടികൾ പൊതുവിദ്യാലയങ്ങളിലേക്ക് എത്തിച്ചേർന്നു. ചുരുക്കത്തിൽ പൊതുവിദ്യാഭ്യാസ സംരക്ഷണയജ്ഞത്തിലൂടെ അധികാര വികേന്ദ്രീകരണം കൂടുതൽ പുഷ്കലമായി എന്നും ജനകീയമായി എന്നും അർത്ഥം. തദ്ദേശ സ്ഥാപനങ്ങൾക്ക് ഭരണപരമായി വികേന്ദ്രീകരണത്തിലൂടെ ലഭിച്ച വിദ്യാലയങ്ങൾ ഇന്ന് ലോകനിലവാരമുള്ള സ്ഥാപനങ്ങളാണ്. അധികാരവികേന്ദ്രീകരണത്തിന്റെ യഥാർത്ഥ ലക്ഷ്യത്തിലേക്ക് കേരളം നീങ്ങുന്നു എന്നതാണ് ഏറ്റവും വലിയ നേട്ടം. വിദ്യാഭ്യാസം സ്വകാര്യവല്ക്കരിക്കുവാനും വർഗ്ഗീയവല്ക്കരിക്കുവാനുമുള്ള കേന്ദ്രസർക്കാർ അജണ്ട നിലവിൽ വരുവാൻ ശ്രമം നടക്കുമ്പോൾ പ്രാദേശികമായി ചെറുത്തുനില്ക്കുവാനുള്ള യഥാർത്ഥ ബദൽ ഉപകരണമാണ് വിദ്യാഭ്യാസരംഗത്തെ കേരള മോഡൽ. തദ്ദേശ സ്വയംഭരണസ്ഥാപനങ്ങൾ വിദ്യാഭ്യാസത്തിൽ നേരിട്ട് ഇടപെടുന്നു എന്നത് സ്വകാര്യവല്ക്കരണത്തിനും ഒരു ബദലാണ് എന്നതുകൂടി ശ്രദ്ധേയമാണ്.

ഡിജിറ്റൽ പഠനം

കൊറോണ മഹാമാരിയുടെ കാലത്തും കാര്യമായ കുറവുകളില്ലാതെ പൊതുവിദ്യാഭ്യാസത്തെ മുന്നോട്ടുകൊണ്ടുപോകുവാൻ കേരളത്തിന് കഴിഞ്ഞത് ശക്തമായ സാങ്കേതിക വിദ്യാധിഷ്ഠിതമായ വിദ്യാഭ്യാസ പ്ലാറ്റ്ഫോം ഉണ്ടായതുകൊണ്ടാണ്. ജൂൺ 1 ന് ശരിയായ രീതിയിൽ ക്ലാസ് തുടങ്ങുവാൻ കഴിയും എന്നു തന്നെയായിരുന്നു മേയ് 15 വരെയുള്ള കണക്കുകൂട്ടൽ. പക്ഷേ, മേയ് 15 നു ശേഷം ഓരോ ദിവസവും മാറ്റങ്ങളുണ്ടായി. ഒടുവിൽ ജൂൺ 1 ന് ക്ലാസ് ആരംഭിക്കുവാൻ കഴിയില്ല എന്ന് ബോദ്ധ്യപ്പെട്ടു. അപ്പോഴാണ് ഡിജിറ്റൽ ക്ലാസുകളെക്കുറിച്ച് മൂർത്തമായി ചിന്തിച്ചത്. ആവശ്യത്തിന് സമയമെടുത്ത് ട്രയൽ റൺ എന്ന രീതിയിലാണ് ഡിജിറ്റൽ ക്ലാസുകൾ ആരംഭിച്ചത്. എന്നിട്ടുപോലും ജൂൺ 1 നു തന്നെ അക്കാദമിക് ക്ലാസ് തുടങ്ങുവാൻ കഴിഞ്ഞു. അതുകൊണ്ടുതന്നെ കുറവുകളും സ്വാഭാവികമാണ്. അത് നികത്തുവാൻ ട്രയൽ റൺ കാലം ഉപയോഗിച്ചു. ജനങ്ങൾ പൂർണ്ണമായും പങ്കാളികളായിക്കൊണ്ട് കുറവ് നികത്തി. ഇന്ന് 100% കുട്ടികളും ഡിജിറ്റൽ ക്ലാസുകൾ ഉപയോഗിക്കുകയാണ്.

ഇന്റർനെറ്റ് സൗകര്യമില്ലാത്ത 6 ശതമാനം കുട്ടികൾ കേരളത്തിലുണ്ടായിരുന്നു എന്ന് സമഗ്രശിക്ഷാ കേരളം സർവ്വേ വ്യക്തമാക്കിയിരുന്നു. പരമാവധി പേർക്ക് ഡിജിറ്റൽ ക്ലാസുകൾ എത്തിക്കുന്നതിനുവേണ്ടി സാറ്റലൈറ്റ് സംവിധാനം കൂടി പ്രയോജനപ്പെടുത്തി. ടെലിവിഷൻ സെറ്റോ കമ്പ്യൂട്ടറോ, സ്മാർട്ട് ഫോണോ ഇല്ലാത്തവർക്ക് അവയെത്തിക്കുവാൻ ജനകീയമായി ശ്രമിച്ചു. ഈ ക്യാമ്പയിൻ വൻ വിജയമായിരുന്നു. സമൂഹത്തിലെ എല്ലാ വിഭാഗം ജനങ്ങളും കക്ഷിരാഷ്ട്രീയത്തിനപ്പുറമായി സഹകരിച്ചു. അങ്ങനെ പൊതു ഇടങ്ങളിലെ ക്ലാസുകളടക്കം ഉപയോഗി

ച്ചുകൊണ്ട് 100 ശതമാനം കുട്ടികൾക്കും ഡിജിറ്റൽ ക്ലാസുകൾ നല്കുവാൻ കഴിഞ്ഞു. ഇത് മറ്റൊരു ചരിത്രനേട്ടമാണ്. പ്രതിസന്ധികൾക്കിടയിലും അക്കാദമിക് കുറവുകളില്ലാതെ കുട്ടികളെ മുന്നോട്ടുകൊണ്ടുപോകുവാൻ ഈ ഇടപെടൽ വഴിയൊരുക്കി. ഡിജിറ്റൽ ഡിവൈഡ് ഉണ്ടാകുമെന്ന അഭിപ്രായം തുടക്കത്തിലുണ്ടായിരുന്നു. പിന്നീട് അത് ഇല്ലാതായി. നേരിട്ട് ക്ലാസുകൾ നല്കുവാൻ കഴിയാത്ത സാഹചര്യത്തിൽ ഇങ്ങനെയെങ്കിലും അക്കാദമിക് സജീവത നിലനിർത്തുവാൻ കഴിഞ്ഞു എന്നത് നേട്ടമാണ്. ലോകത്ത് മറ്റു പ്രദേശങ്ങളിൽ അസാദ്ധ്യമായ ഒന്ന് സാദ്ധ്യമാക്കുവാൻ കേരളത്തിന് കഴിഞ്ഞു. മറ്റൊരു ഓപ്ഷൻ ഇല്ലാത്ത സാഹചര്യത്തിലും ഒരുക്കങ്ങൾക്ക് അധികം സമയം ലഭിച്ചില്ല എന്ന അവസ്ഥയിലും ഉണ്ടായിരുന്ന ചില കുറവുകൾ സ്വാഭാവികം മാത്രമാണ്. ഡിജിറ്റൽ പഠനം ഇല്ലായിരുന്നുവെങ്കിൽ കേരളത്തിലെ കുട്ടികളുടെ അവസ്ഥ എന്താകുമായിരുന്നു എന്ന് ചിന്തിച്ചാൽ മാത്രമേ ഡിജിറ്റൽ പഠനരംഗത്തെ കുറവുകളെ ഉൾക്കൊള്ളുവാൻ കഴിയൂ. യൂണിസെഫിന്റെ പഠനം നമ്മുടെ ഡിജിറ്റൽ പഠനത്തെ അഭിനന്ദിച്ചിട്ടുണ്ട്.

ഡിജിറ്റൽ പഠനം ബദൽ പഠനമല്ല എന്ന് ഉറപ്പിച്ചു കൊണ്ടാണ് ജൂൺ 1 ന് ക്ലാസുകൾ ആരംഭിച്ചത്. വിദ്യാലയത്തിന്റെ സജീവ അന്തരീക്ഷത്തിലുള്ള പഠനം തന്നെയാണ് ശരിയെന്നും ഇത് താല്ക്കാലികമാണ് എന്നും ഓരോ രക്ഷിതാവിനെയും ബോദ്ധ്യപ്പെടുത്തുവാൻ ശ്രമിച്ചു. ഇങ്ങനെയെങ്കിലും അക്കാദമിക് സജീവത നിലനിർത്തുവാൻ കഴിഞ്ഞാൽ മാത്രമേ തുടർന്നുവരുന്ന ക്ലാസ് റൂം പഠനത്തിന് നൈസർഗ്ഗികമായ തുടർച്ചയുണ്ടാകൂ എന്നതാണ് തിരിച്ചറിയേണ്ട കാര്യം. ജൂൺ 1 ന് ഈ

ഓൺലൈൻ ക്ലാസ് പഠനം

ഓൺലൈൻ ക്ലാസ് പഠനം

പഠനരീതി ആരംഭിച്ചില്ലായിരുന്നുവെങ്കിൽ ഇപ്പോഴത്തെ സ്ഥിതി എന്താകുമായിരുന്നു എന്നുകൂടി ചിന്തിക്കണം.

ക്ലാസുകൾ സജീവമായി ആരംഭിക്കുവാൻ പറ്റുന്ന സമയത്ത് ഇന്നത്തെ രീതിയിലുള്ള ഡിജിറ്റൽ ക്ലാസുകൾ ഉണ്ടാകില്ല. സിലബസ് കുറയ്ക്കുവാനുള്ള സമീപനവും ഇല്ല.

മേൽ വിവരിച്ച നാനാവിധത്തിലുള്ള മുന്നൊരുക്കങ്ങളും പൊതുവിദ്യാഭ്യാസത്തെ നവീനവല്ക്കരിക്കാനും തുടർന്ന് അക്കാദമിക മികവ് വർദ്ധിപ്പിക്കുവാനുമാണ്. ഇപ്പോൾ തന്നെ അക്കാദമിക് രംഗത്ത് ഗുണപരമായ മാറ്റങ്ങളുണ്ടായിട്ടുണ്ട് എന്നത് ഭാവിയിലെ മികവിന്റെ സൂചനയാണ്.

എന്താണ് ടെക്നോ പെഡഗോജി

വിദ്യാഭ്യാസ പ്രക്രിയയിലെ ഏറ്റവും സുപ്രധാനമായ ആശയമാണ് പെഡഗോജി അല്ലെങ്കിൽ ബോധനശാസ്ത്രം. പഠനം എന്നത് ഒരു പ്രകൃതി പ്രക്രിയയാണ്. ജനിച്ചുവീഴുന്ന കൊച്ചുകുഞ്ഞ് പ്രകൃതിയോട് സല്ലപിച്ചുകൊണ്ടാണ് പഠനാരംഭം കുറിക്കുന്നത്. ചുറ്റുമുള്ള നിരീക്ഷണത്തിലൂടെയാണ് പഠനം ആരംഭിക്കുന്നത്. പഞ്ചേന്ദ്രിയങ്ങൾ ഉപകരണമാക്കിക്കൊണ്ടാണ് പഠനം നടത്തുന്നത്. കാണുന്നതിലൂടെയും കേൾക്കുന്നതിലൂടെയും സ്പർശിക്കുന്നതിലൂടെയും പകർന്നു ലഭിക്കുന്ന അനുഭവങ്ങൾ പഠനത്തെ പരിപോഷിപ്പിക്കുന്നു. മനസ്സിൽ സ്വാഭാവികമായും എണ്ണമറ്റ പാഠങ്ങൾ ഉല്പാദിപ്പിക്കപ്പെടുന്നു. ഇങ്ങനെയാണ് മനസ്സ് വളരുന്നത്. എത്രകണ്ട് പ്രകൃതിയോട് ഇണങ്ങിയ അനുഭവങ്ങളുണ്ടാകുന്നുവോ അത്രകണ്ട് മനസ്സ് വളരുന്നു. അനുഭവങ്ങളെ പുനരാവിഷ്കരിക്കുവാൻ ശ്രമിക്കുമ്പോൾ വളർച്ച മറ്റൊരു വിഷയത്തിലേക്കുകൂടി മാറുന്നു. ഇത്തരത്തിലാണ് കുട്ടിയുടെ സർഗ്ഗാത്മകത വളരുന്നത്. ഇത് തിരിച്ചറിയുന്നവർ ഈ പഠനരീതിയെത്തന്നെ പരിപോഷിപ്പിക്കുന്നു. സ്വയം ചിന്തിപ്പിച്ചുകൊണ്ടാണ് സർഗ്ഗശേഷിയെ പരിപോഷിപ്പിക്കേണ്ടത്. വിവരങ്ങൾ പ്രകൃതിയിൽനിന്നു ശേഖരിക്കുന്ന കുട്ടി ആ വിവരത്തിനായി സ്വയം ചിന്തിക്കുവാൻ തുടങ്ങുമ്പോഴാണ് യഥാർത്ഥ വളർച്ച ആരംഭിക്കുന്നത്. കളിയും ചിരിയും കൂട്ടുകൂടലും പ്രകൃതി ആസ്വാദനാനുഭവങ്ങളും വിവരശേഖരണ വഴികളാണ്. അവയെ പ്രോത്സാഹിപ്പിച്ചാൽ മതി വിവരങ്ങൾ കുമിഞ്ഞുകൂടിക്കൊള്ളും. ശേഖരിക്കപ്പെടുന്ന വിവരങ്ങൾ

അന്വേഷണത്തിനും ചിന്തയ്ക്കും വിധേയമാക്കുമ്പോൾ മനസ്സു വളരും. അറിവ് ഉല്പാദിപ്പിക്കപ്പെടും. വിവരങ്ങൾ അറിവുകളായി മാറുന്നതാണ് വിദ്യാഭ്യാസത്തിന്റെ നേട്ടം. തുടർന്ന് ജ്ഞാനത്തിലേക്ക് ഉയരും.

മേല്പറഞ്ഞ സ്വാഭാവിക പ്രക്രിയയാണ് പ്രകൃതിയുടെ ബോധന രീതി (പെഡഗോജി). പക്ഷേ, ഈ ബോധനരീതിയല്ല ഔപചാരികമായി വിദ്യാഭ്യാസത്തിൽ പണ്ടേ തന്നെ ഉൾക്കൊള്ളിച്ചത്. അദ്ധ്യാപകൻ വിവരങ്ങൾ ശേഖരിച്ച് കുട്ടിയിലേക്ക് നല്കുക എന്ന യാന്ത്രിക ബോധനരീതിയാണ് ഉൾക്കൊള്ളിച്ചത്. നല്കപ്പെടുന്ന വിവരങ്ങൾ എത്രകണ്ട് ഓർമ്മിക്കുന്നു എന്നും എന്തെല്ലാം ആവർത്തിക്കാൻ കഴിയും എന്നും അന്വേഷിക്കുന്നതാണ് പരീക്ഷ. ഈ ബോധനശാസ്ത്രത്തിലൂടെ ഒരു കുട്ടിയുടെ സർഗ്ഗശേഷിയെ പരമാവധി വർദ്ധിപ്പിക്കുവാൻ കഴിയുകയില്ല എന്നതാണ് പരിമിതി. ഔട്ട്കം ബേസ്ഡ് പെഡഗോജിയെല്ലാം ഇതിൽപ്പെടുന്നു. വൈജ്ഞാനിക വളർച്ച പൂർണ്ണമാക്കുവാനുള്ള ബോധനരീതി ഇതല്ല. അതുകൊണ്ടാണ് പൊതുവിദ്യാഭ്യാസരംഗത്ത് കേരളം വളർന്നിട്ടുണ്ടെങ്കിലും വൈജ്ഞാനിക വൈഷണികരംഗങ്ങളിൽ അത്രകണ്ട് തിളങ്ങാതിരിക്കുന്നത്. ഈ കുറവ് കുട്ടികളുടെ സർഗ്ഗശേഷിക്കുറവു കൊണ്ടല്ല സംഭവിക്കുന്നത്. മറിച്ച് ബോധനരീതിയുടെ യാന്ത്രികത കൊണ്ടാണ്. വിമർശനാത്മക ബോധനശാസ്ത്രം തികച്ചും വ്യത്യസ്തമായ രീതിശാസ്ത്രമാണ്. ഔപചാരിക വിദ്യാഭ്യാസാരംഭത്തിനുമുമ്പ് കുട്ടിയുടെ മനസ്സിന്റെ വളർച്ച എങ്ങനെയാണെന്നു നാം കണ്ടു. ആ രീതിയുടെ സർഗ്ഗാത്മകമായ തുടർച്ചയും ഒപ്പം പ്രകൃതിതത്ത്വങ്ങൾക്ക് വിരുദ്ധമായി സമൂഹത്തിൽ കാണുന്നതിനോടുള്ള ക്രിയാത്മകമായ വിമർശനവും ചേർന്ന മനസ്സുല്പാദിപ്പിക്കുന്ന ബോധനരീതിയാണ് ഇത്. നിലവിലെ വ്യവസ്ഥിതിയോടുള്ള വിമർശനവും പ്രകൃതിയിലേക്കുള്ള അന്വേഷണവും സമന്വയിപ്പിക്കപ്പെടുമ്പോൾ നവ വ്യവസ്ഥിതി സൃഷ്ടിക്കുവാനുള്ള വീക്ഷണവും ഇച്ഛാശക്തിയും ഉണ്ടാകും. ഇതാണ് നിലവിലുള്ള വ്യവസ്ഥിതിയുടെ പരിണാമത്തിലൂടെ നവ സമൂഹം സൃഷ്ടിക്കുവാനുള്ള വഴി. ഇവിടെയാണ് സാമ്പ്രദായിക വിദ്യാഭ്യാസവും പുരോഗമന വിദ്യാഭ്യാസവും തമ്മിലുള്ള വ്യത്യാസം കുടികൊള്ളുന്നത്.

എന്തു പഠിക്കുന്നു എന്നതിനേക്കാൾ എങ്ങനെ പഠിക്കുന്നു എന്നതിനാണ് പ്രാധാന്യം. ബോധനരീതിയിലുള്ള വ്യത്യാസത്തിലൂടെ ഒരേ വിഷയത്തിനു തന്നെ വ്യത്യസ്തമായ മനസ്സിനെ ഉല്പാദിപ്പിക്കുവാൻ കഴിയും. അതാണ് പെഡഗോജിയുടെ പ്രാധാന്യം. ഫ്യൂഡൽ കാലഘട്ടത്തിൽ ആ വ്യവസ്ഥിതി നിലനില്ക്കുവാനാഗ്രഹിക്കുന്ന ബോധന

ശാസ്ത്രം ഉപയോഗിച്ചിരുന്നു. അതുപോലെത്തന്നെ കൊളോണിയൽ കാലഘട്ടത്തിൽ കൊളോണിയൽ ഭരണത്തിനനുകൂലമായ മനസ്സ് സൃഷ്ടിക്കുന്ന ബോധനശാസ്ത്രമാണ് ഉപയോഗിച്ചിരുന്നത്. ഔട്ട്കം ബേസ്ഡ് ബോധനരീതിയൊക്കെ അതിനായി വികസിപ്പിച്ചതാണ്. വർഗ്ഗീയ ചിന്തകളുടെ ആശയപരിസരം ഇഷ്ടപ്പെടുന്ന മനസ്സിനെ ഉണർത്തുന്ന ബോധനരീതിയാണ് ഇന്ന് ഇന്ത്യയിൽ നടപ്പിലാക്കുവാൻ ലക്ഷ്യമിടുന്നത്. പുതിയ വിദ്യാഭ്യാസനയം ഈ ദിശയാണ് മുന്നോട്ടു വെക്കുന്നത്.

കൊളോണിയൽ ഫ്യൂഡൽ, വർഗ്ഗീയ കമ്പോള ചിന്തകളുല്പാദിപ്പിക്കാത്തതും സമത്വബോധവും മാനവികതയും പരിസ്ഥിതി സന്തുലനബോധവുമുള്ള പുരോഗമന മനസ്സിനെ സൃഷ്ടിക്കുന്ന ബോധനശാസ്ത്രമാണ് നമുക്ക് വേണ്ടത്. അതുവഴി വൈവിദ്ധ്യങ്ങളെയും ബഹുസ്വരതയേയും ഉൾക്കൊള്ളാനും അംഗീകരിക്കാനും കഴിയണം. അതാണ് പൊതുവിദ്യാഭ്യാസ സംരക്ഷണയജ്ഞത്തിൽ കേരളം ഉപയോഗിക്കുന്ന ടെക്നോ പെഡഗോജി വിമർശനാത്മക ബോധനശാസ്ത്രം ആധുനിക സാങ്കേതിക സൗകര്യങ്ങളുമായി സമന്വയിപ്പിച്ചുകൊണ്ട് വികസിപ്പിച്ചെടുത്ത രീതിശാസ്ത്രമാണ് ടെക്നോ പെഡഗോജി. ഹൈടെക് സംവിധാനങ്ങൾ പുതിയ ബോധനരീതിയെ ശാക്തീകരിക്കുന്ന സംവിധാനങ്ങളാണ്. അറിവിന്റെ പ്രഭവ സ്രോതസ്സുകളിലേക്ക് വിദ്യാർത്ഥിയുടെ മനസ്സിനെ തുറന്നുകൊടുക്കുക എന്ന ആധുനിക ബോധനതന്ത്രം കൂടുതൽ സ്വാർത്ഥകമാക്കുവാൻ ഈ സംവിധാനങ്ങൾക്ക് കഴിയും. ഒരുപക്ഷേ, സാങ്കേതികവിദ്യയെയും വിമർശനാത്മക ബോധനരീതിയേയും ജനകീയതയേയും ഒരുപോലെ സമന്വയിപ്പിക്കുന്ന (perfect blend) പെഡഗോജി ലോകത്തുതന്നെ ആദ്യമായിട്ടായിരിക്കും പൊതുവിദ്യാഭ്യാസ സംരക്ഷണയജ്ഞത്തിലൂടെ അവതരിപ്പിക്കപ്പെടുന്നത്. കേരളത്തിലിപ്പോൾ ഈ രീതിയുടെ പ്രയോഗത്തിന്റെ തുടക്കമേ ആയിട്ടുള്ളൂ. ഇത് വികസിപ്പിച്ച് പുഷ്കലമാക്കിക്കൊണ്ട് വൈജ്ഞാനിക ലോകത്ത് മുന്നിൽ നില്ക്കുന്ന ജനതയായി കേരളത്തിന്റെ പുതിയ തലമുറയെ മാറ്റണമെന്നാണ് ആഗ്രഹിക്കുന്നത്. ഒരു ജനതയെ ലോകത്തിന്റെ നിറുകയിലേക്ക് ഉയർത്തുവാനുള്ള വഴി ആധുനിക വിദ്യാഭ്യാസം മാത്രമാണ്.

ബോധനശാസ്ത്രത്തിലെ ഈ സൂക്ഷ്മ രാഷ്ട്രീയം കേരള ജനത ഉൾക്കൊണ്ടാൽ മറ്റൊരു നവോത്ഥാനത്തിലേക്കു കൂടി നാം എത്തിച്ചേരും. അപ്പോഴാണ് യഥാർത്ഥ മാതൃകയായി ഈ ബദൽ വിദ്യാഭ്യാസം മാറുക. നവ നവോത്ഥാനത്തിന്റെ ഉപകരണമാണ് ടെക്നോ പെഡഗോജി

എന്നർത്ഥം. ഈ രീതിശാസ്ത്രമനുസരിച്ച് കരിക്കുലവും സിലബസും പാഠപുസ്തകവും പരിഷ്കരിക്കണം. പരിഷ്കരണം എന്നത് എല്ലാം മാറ്റലല്ല. ശാസ്ത്രീയവും കാലോചിതവുമായ മാറ്റങ്ങൾ കൊണ്ടുവരിക എന്നതാണ്. ഇത്തരത്തിൽ പൊതുവിദ്യാഭ്യാസത്തിലൂടെ മൂർത്തമായ ഒരു വിദ്യാഭ്യാസ ബദൽ സൃഷ്ടിക്കാം.

ശിശുകേന്ദ്രീകൃത വിദ്യാഭ്യാസം

വിദ്യാഭ്യാസരംഗത്ത് നിലനിന്നിരുന്ന ഏറ്റവും തെറ്റായ രീതിയാണ് അദ്ധ്യാപക കേന്ദ്രീകൃത വിദ്യാഭ്യാസം. വിദ്യാഭ്യാസം എന്ന സർഗ്ഗപ്രക്രിയയുടെ ദർശനത്തിനുതന്നെ എതിരാണ് ഇത്. അറിവ് പകർന്നുകൊടുക്കുന്ന ഇടമാണ് ക്ലാസ് എന്നും അദ്ധ്യാപനമാണ് അറിവ് പകർന്നു കൊടുക്കുന്നത് എന്നും ക്ലാസ് ഒരു യൂണിറ്റാണ് എന്നും ഈ രീതി ശാസ്ത്രം വിശ്വസിക്കുന്നു. തലമുറകളുടെ ധൈഷണികവളർച്ചയ്ക്ക് തടസ്സം നില്ക്കുന്ന ഈ ബോധനരീതി വൈജ്ഞാനിക വളർച്ചയെ തടഞ്ഞിട്ടുണ്ട്. കുട്ടി ഉത്തരം പറയുവാൻ മാത്രം ബാദ്ധ്യസ്ഥനാണെന്നും മനഃപാഠം മാത്രമാണ് അറിവാർജ്ജിക്കാനുള്ള വഴിയെന്നും തെറ്റിദ്ധരിച്ചിരിക്കുന്നു. നിലവിലുള്ള വ്യവസ്ഥിതിയോട് ചേർന്നുനില്ക്കുവാനുള്ള വിവരങ്ങൾ നല്കിക്കൊണ്ട് ഉത്തരം പറയിപ്പിച്ച് ധൈഷണികതയെ തളച്ചിടുന്ന ഈ രീതി പൂർണ്ണമായും മാറണം.

ഈ തിരിച്ചറിവാണ് പൊതുവിദ്യാഭ്യാസ സംരക്ഷണ യജ്ഞത്തിന്റെ ദാർശനികതയുടെ ഭൂമിക. വിദ്യാർത്ഥി കേന്ദ്രീകൃത വിദ്യാഭ്യാസമാണ് വികസിപ്പിക്കേണ്ടത് എന്നതും ബോധന ശാസ്ത്രം മാറണം എന്നതുമാണ് പ്രധാന ആശയങ്ങളായി മാറിയത്. ശിശുകേന്ദ്രീകൃത വിദ്യാഭ്യാസവും ടെക്നോ പെഡഗോജിയും ചേരുമ്പോൾ ഒരു വിദ്യാർത്ഥി ഒരു യൂണിറ്റായി മാറുകയും ചോദ്യം ചോദിക്കുവാൻ പ്രാപ്തിയും ബാദ്ധ്യതയും ഉള്ളവനായി/ഉള്ളവളായി മാറുകയും ചെയ്യും. അദ്ധ്യാപകനടക്കം പ്രകൃതിയിലെ ഏത് കേന്ദ്രവും അറിവിന്റെ സ്രോതസ്സുകളായി തിരിച്ചറിയുവാനായി കുട്ടി മാറും. അങ്ങനെ വിവരശേഖരണത്തിൽനിന്ന് അറിവിലേക്കുള്ള യാത്രയ്ക്ക് ഓരോ കുട്ടിയും ഒരുങ്ങും. ഇത് അക്കാദമിക് രംഗത്തുള്ള കുതിച്ചുചാട്ടത്തിന്റെ വഴിയാണ്. വിവരത്തിൽനിന്ന് അറിവി

ലേക്കും തുടർന്ന് ജ്ഞാനത്തിലേക്കുമുള്ള യാത്രയാണ് വിദ്യാഭ്യാസം. ഈ വഴിയിലൂടെ കുട്ടിയെ നയിക്കുന്നവനാണ് അദ്ധ്യാപകൻ.

ഓരോ കുട്ടിയും വ്യത്യസ്തമായ സർഗ്ഗശേഷിയുള്ളവരാണ്. ഇവിടെയും വൈവിദ്ധ്യമുണ്ട്. ഈ വൈവിദ്ധ്യത്തെ അതിന്റെ പരമാവധിയിലെത്തിക്കുന്നതാണ് സമഗ്ര വിദ്യാഭ്യാസം. അക്കാദമിക് ഇതരരംഗത്തുള്ള സർഗ്ഗശേഷി വികസനവും തുല്യപ്രാധാന്യമുള്ളതാണ്. രണ്ടും ചേർന്നതാണ് സമഗ്രവും സമ്പൂർണ്ണവുമായ വിദ്യാഭ്യാസം. പൊതുവിദ്യാഭ്യാസ സംരക്ഷണയജ്ഞത്തിന്റെ ലക്ഷ്യം അതാണ്. ഇതിലൂടെ വൈഭവങ്ങളുടെ വൈവിദ്ധ്യത്തിന്റെ പൂർണ്ണതയുണ്ടാകും. മാനവികതയുടെ പക്ഷത്തുനിന്നുള്ള വിദ്യാഭ്യാസത്തിന്റെ പൂർണ്ണതയിതാണ്.

ഇങ്ങനെ പൂർണ്ണതയിലെത്തുന്ന കുട്ടി ഒരു ജൈവ വ്യവസ്ഥയുടെ അഥവാ കൂട്ടത്തിന്റെ ഭാഗം കൂടിയാണ്. ജനാധിപത്യ മതനിരപേക്ഷ ആവാസവ്യവസ്ഥ വികസിച്ചുവരുന്ന അറിവിന്റെ ചക്രവാളം പ്രയോജനപ്പെടുത്തി ഒറ്റയ്ക്കും കൂട്ടായും നടത്തുന്ന അന്വേഷണങ്ങളിലൂടെയും പ്രവർത്തനങ്ങളിലൂടെയും വളർത്തിയെടുക്കുന്ന പ്രക്രിയയിൽ സക്രിയ പങ്കാളിയായി ഓരോ കുട്ടിയും മാറും എന്നതാണ് കേരളത്തിൽ വികസിപ്പിക്കുന്ന ബദൽ വിദ്യാഭ്യാസാന്വേഷണത്തിന്റെ സവിശേഷത.

എങ്ങനെ ബദലാകുന്നു

ലോകരാജ്യങ്ങളിലെല്ലാം വിദ്യാഭ്യാസം ആധുനികവല്ക്കരിക്കപ്പെട്ടുകൊണ്ടിരിക്കുകയാണ്. ആധുനിക സാങ്കേതിക വിദ്യ ഉപയോഗിച്ചുകൊണ്ടാണ് പ്രധാനമായും ആധുനികവല്ക്കരണം നടക്കുന്നത്. അതേ വിദ്യകൾ ഉപയോഗിച്ചുകൊണ്ടു തന്നെയാണ് കേരളത്തിലും ആധുനികവല്ക്കരണം നടക്കുന്നത്. പിന്നെ വ്യത്യാസമെവിടെയാണ്?

ലോകത്തിലെ ആധുനികവല്ക്കരണം കമ്പോളവുമായി ബന്ധിപ്പിച്ചുകൊണ്ടാണ് നടക്കുന്നത്. ഇന്ത്യയിൽ എൻ ഇ പി യുടെ ഭാഗമായി വർഗ്ഗീയതയും കൂടി ബന്ധിപ്പിച്ചുകൊണ്ടാണ് 'ആധുനികവല്ക്കരണം' നടത്തുവാൻ ശ്രമിക്കുന്നത്. കമ്പോളതാല്പര്യങ്ങളുടെ കൂടെ സാങ്കേതികവിദ്യയും ചേരുമ്പോൾ പാർശ്വവല്ക്കരണം അനിവാര്യമായി മാറുന്നു. ഡിജിറ്റൽ ഡിവൈഡും കമ്പോള താല്പര്യ ഡിവൈഡും ചേരുമ്പോൾ പാവപ്പെട്ട മനുഷ്യരുടെ വിദ്യാഭ്യാസ സാദ്ധ്യത ഇല്ലാതാകുന്നു. ഇന്ത്യയിലെ എൻ ഇ പി യുടെ ഭാഗമായി വർഗ്ഗീയതയും കേന്ദ്രീകരണവും കമ്പോളത്തോട് ചേരുമ്പോൾ വിദ്യാഭ്യാസത്തിന്റെ പിറകോട്ടുപോക്കിനാണ് വഴിയൊരുക്കുക. നിലവിലുള്ള സമൂഹത്തിന്റെ പ്രതിലോമഘടന കൂടുതൽ പ്രതിലോമകരമാക്കുന്നതിന് വഴിയൊരുക്കും എന്നതാണ് ഈ നയങ്ങളോടുള്ള വിമർശനം. നവസമൂഹമല്ല ഇത്തരം ആധുനികവല്ക്കരണത്തിലൂടെ സൃഷ്ടിക്കപ്പെടുക.

കേരളത്തിന്റെ പൊതുവിദ്യാഭ്യാസ സംരക്ഷണ യജ്ഞം ആധുനികതയുടെയും ജനകീയതയുടെയും മാനവികതയുടെയും സമന്വയമാണ് എന്നതിനാൽ ഇവിടെ ജനാധിപത്യവല്ക്കരണമാണ് നടക്കുന്നത്. എല്ലാവരെയും ഉൾക്കൊള്ളുന്ന വിദ്യാഭ്യാസം (All inclusive) മതനിരപേക്ഷവുമാണ്. നവകേരള സ്വപ്നത്തിന്റെ ഭൂമിക ഈ വിശാലതയുടെ

അടിത്തറയിൽ നിന്നാണ് വളരുന്നത്. അതുകൊണ്ടാണ് പൊതുവിദ്യാഭ്യാസ സംരക്ഷണ യജ്ഞം അനന്യമായ ബദലായി മാറുന്നത്.

നിലവിലുള്ള സമൂഹത്തെ തിരിച്ചറിയുന്നതും അതിനെ വിമർശനാത്മകമായി മനസ്സിലാക്കുന്നതും നവകേരള സൃഷ്ടിക്കുവേണ്ടിയുള്ള ആശയപരമായ അടിത്തറയാണ്. ഈ വിമർശനത്തിൽനിന്നുമാണ് മെച്ചപ്പെട്ട സമൂഹത്തിന്റെ അടിത്തറയുണ്ടാകുന്നത്. ഫ്യൂഡൽ, കൊളോണിയൽ ഫാസിസ്റ്റ് ഘടനകളിൽനിന്നും വ്യത്യസ്തമായ ഒരു നവസമൂഹം ഉണ്ടാകുന്നത് ഇപ്രകാരമാണ്. ഇങ്ങനെയൊരു വിമർശന മനസ്സ് ഉണ്ടാകരുത് എന്ന് ചിന്തിക്കുന്ന വിദ്യാഭ്യാസ രീതികളോടുള്ള സമരപ്രഖ്യാപനവും കൂടിയാണ് പൊതുവിദ്യാഭ്യാസ സംരക്ഷണ യജ്ഞം. നിലവിലുള്ള വ്യവസ്ഥയോടുള്ള അമർഷവും (ശാസ്ത്രീയമായ വിമർശനമല്ല) നവ സമൂഹത്തെക്കുറിച്ചുള്ള അന്ധതയുമാണ് വർത്തമാനകാല സാമൂഹിക സംഘർഷങ്ങളുടെയും അസ്വസ്ഥകളുടെയും കാരണം. പുതിയൊരു ദിശാബോധം വളർത്തുന്ന വിദ്യാഭ്യാസമില്ലെങ്കിൽ അടിച്ചമർത്തുക എന്നതായിരിക്കും ഭരണകൂടത്തിന്റെ പ്രധാന ജോലി. വ്യവസ്ഥയോടുള്ള അമർഷത്തെ ശാസ്ത്രീയ വിമർശനമാക്കി മാറ്റുകയും സമത്വമുള്ള പുതിയ സമൂഹത്തിന്റെ വ്യക്തമായ ബോധം നല്കുകകയും ചെയ്യുന്ന വിദ്യാഭ്യാസ രീതിശാസ്ത്രമാണ് യഥാർത്ഥ ഇടതുബദൽ വിദ്യാഭ്യാസ പരിപ്രേക്ഷ്യം.

ഈ പരിപ്രേക്ഷ്യത്തിന്റെ പ്രായോഗിക നടത്തിപ്പിൽ ആധുനിക സാങ്കേതിക വിദ്യയ്ക്ക് കൂടുതൽ സ്ഥാനമുണ്ട്. ഐ സി ടി ഉപയോഗിച്ചുള്ള ആധുനിക (ഹൈടെക്ക്) വിദ്യാഭ്യാസത്തിൽ സുതാര്യതയും വ്യക്തതയും വിശകലന സാദ്ധ്യതയും ഉണ്ട്. ആ സാദ്ധ്യത ഉപയോഗിച്ചുകൊണ്ട് വ്യവസ്ഥിതിയുടെ വിമർശന ബോധത്തിലേക്കെത്തിക്കുവാൻ കൂടുതൽ സാധിക്കും. ഉദാഹരണത്തിന് ജാതിഘടനയുടെ പ്രശ്നങ്ങളുള്ള സമൂഹത്തിന്റെ പ്രതിലോമ മനസ്സിനെ ഒരു ടെക്സ്റ്റ് ബുക്കിലൂടെ അനാവരണം ചെയ്യുന്നതിനേക്കാൾ നിരവധി മടങ്ങ് വിശദവും യുക്തിഭദ്രവുമായി വിശകലനം ചെയ്യുവാൻ നെറ്റ്-സാറ്റലൈറ്റ് സംവിധാനങ്ങൾക്ക് കഴിയും. സാങ്കേതിക വിദ്യ ഉപയോഗിക്കുന്നതിന്റെ ദിശാബോധത്തിൽ തന്നെ കാതലായ വ്യത്യാസമുണ്ട്. ഇതേ സാങ്കേതികവിദ്യതന്നെ വ്യവസ്ഥിതിയോട് ഇണങ്ങി നില്ക്കുന്ന മനസ്സിനെ സൃഷ്ടിക്കുവാനും ഉപയോഗിക്കാം. അതുകൊണ്ട് ഒരേ സാങ്കേതിക വിദ്യയെ ശരിയായ ദിശയിൽ ഉപയോഗിക്കുക എന്നത് സന്ധിയല്ല മറിച്ച് ബദൽ രീതിയാണ്. ശാസ്ത്രവും സാങ്കേതികവിദ്യയും പ്രകൃതിയുടെ സൂക്ഷ്മതയിലേക്കും സ്ഥൂലതയിലേക്കുമുള്ള അന്വേഷണ ഉപകരണങ്ങളാണ്. വ്യവസ്ഥിതിയോട് കലഹിച്ചുകൊണ്ടുതന്നെയാണ് അവയും പുതുക്കപ്പെടുന്നത്. പക്ഷേ, മൂലധനവും ഫാസിസവും അവയെ മെരുക്കി അവയുടെ കലഹഭാവത്തെ ഒതുക്കി വ്യവസ്ഥിതിയെ നിലനിർത്തുവാൻ ശ്രമിക്കുകയാണ്. ഈ ശ്രമത്തിനെതിരെയുള്ള പോരാട്ടം കൂടിയാണ് ഹൈടെക് ക്ലാസുകൾ പൂർത്തി

യാക്കിക്കൊണ്ടുള്ള വിദ്യാഭ്യാസ മേഖല. അതുകൊണ്ട് കൊറോണ മഹാമാരിയുടെ കാലത്തുപോലും ഡിജിറ്റൽ വിദ്യാഭ്യാസം നല്കുവാൻ നമുക്കു കഴിഞ്ഞു. അതുകൊണ്ടാണ് പുതിയ ബോധനശാസ്ത്രം (Pedagogy) വേണമെന്ന് പൊതുവിദ്യാഭ്യാസ സംരക്ഷണയജ്ഞം തീരുമാനിച്ചത്. ക്രിട്ടിക്കൽ പെഡഗോജി എന്ന വിമർശനാത്മക ബോധനത്തിന്റെ അടുത്തപടിയാണ് കേരളം വിഭാവനംചെയ്ത ടെക്നോ പെഡഗോജി. കുട്ടിയുടെ അന്വേഷണ ഭാവത്തെ ഉയർത്തുവാനും ദിശാബോധമുള്ളതാക്കുവാനും വേണ്ടി സാങ്കേതിക വിദ്യ ഉപയോഗിക്കുക എന്നതാണ് ബദൽതന്ത്രം. ഒന്നു മുതൽ 12 വരെയുള്ള മുഴുവൻ വിദ്യാലയങ്ങളും ഹൈടെക്കാക്കി മാറ്റിയത് ഈ ലക്ഷ്യത്തിലും കൂടിയാണ്. ഇപ്പോൾ സർവ്വസജ്ജമാണ് കേരളത്തിന്റെ വിദ്യാഭ്യാസ മേഖല. ബോധനരീതിയുടെ ഈ പ്രത്യേകത അദ്ധ്യാപകരിലെത്തിക്കുവാനുള്ള ശ്രമം പരിശീലനങ്ങളിലൂടെ നടത്തി. പക്ഷേ, ഇനിയും കുറെ ദൂരം ഈ വഴിയിലൂടെ സഞ്ചരിക്കണം. അതുപോലെ ക്രിട്ടിക്കൽ പെഡഗോജിയുടെ ആധുനിക രൂപമായ ടെക്നോ പെഡഗോജി അല്ലെങ്കിൽ ടെക്നോ ക്രിട്ടിക്കൽ പെഡഗോജിയുടെ നാനാവശങ്ങളും വിശദമായി നടപ്പിലാക്കേണ്ടതുണ്ട്. ഏതായാലും ഔട്ട്കം ബേസ്ഡ് പെഡഗോജി പൂർണ്ണമായും മാറ്റിക്കഴിഞ്ഞു എന്നതാണ് പ്രത്യേകത.

അക്ഷരാർത്ഥത്തിൽ ഇടതുപക്ഷ ബദൽ വിദ്യാഭ്യാസ സങ്കല്പങ്ങളുടെ യുക്തിഭദ്രമായ ഭൂമിക തീർത്തുകൊണ്ടാണ് കേരളം ഈ രംഗത്ത് മുന്നേറുന്നത്. ഈ മുന്നേറ്റത്തെ ശാശ്വതമാക്കേണ്ടത് പുരോഗമന ചിന്തയുള്ള ഓരോ മലയാളിയുടെയും കടമയാണ്.

അത്തരം ഒരു ബദൽ അന്വേഷണം സമഗ്രമായ പരിവർത്തനത്തിന്റെ വേഗത കൂട്ടും. അതിനായുള്ള ആസൂത്രിതമായ ശ്രമമാണ് പൊതുവിദ്യാഭ്യാസ സംരക്ഷണയജ്ഞത്തിലൂടെ നടപ്പാവുന്നത്. ഈ അന്വേഷണത്തിന്റെ ഭാഗമായി ജനാധിപത്യ മതനിരപേക്ഷ നിലപാടുകൾ ചാലിച്ചതും ആധുനികത, ജനകീയത, മാനവികത എന്നിവ ഉൾച്ചേർന്നതുമായ ഒരു വിദ്യാഭ്യാസക്രമം വികസിപ്പിക്കുന്നതിൽ വിദ്യാഭ്യാസ വകുപ്പിലെ വിവിധ ഏജൻസികളുടെ ക്രിയാത്മകമായതും നേതൃത്വപരമായതുമായ പങ്കാളിത്തം ഉണ്ട്. അതുകൊണ്ടുതന്നെ ഈ വിദ്യാഭ്യാസ ഏജൻസികൾ ഏറ്റെടുത്ത് നടത്തിയ പ്രവർത്തനങ്ങളുടെ ഒരു വിഹഗവീക്ഷണം പ്രസക്തമാണ്. തുടർന്ന് ഭാഗം 2 ൽ ഇക്കാര്യം നമുക്ക് പരിശോധിക്കാം.

ഭാഗം 2
പ്രയോഗം

ഗുണമേന്മാ വിദ്യാഭ്യാസം
വകുപ്പുതല കർമ്മപദ്ധതികൾ

1) ശ്രദ്ധ

പഠനപിന്തുണ ആവശ്യമുള്ള കുട്ടികൾക്കായി വിവിധ ഏജൻസികൾ നടത്തുന്ന വൈവിദ്ധ്യമാർന്ന പ്രവർത്തനങ്ങൾക്കായുള്ള പൊതു പ്ലാറ്റ്ഫോമാണ് ശ്രദ്ധ. 10-ാം ക്ലാസ് വരെയുള്ള കുട്ടികൾക്കായുള്ള പഠനപരിപോഷണ പരിപാടിയാണ് ശ്രദ്ധ. ഭാഷാപരിപോഷണത്തിനായി മലയാളത്തിളക്കം, ഹലോ ഇംഗ്ലീഷ്, സുരീലി ഹിന്ദി, ഗണിതം മധുരം, ശാസ്ത്ര, സാമൂഹിക വിഷയമേഖലകൾ എന്നിവയൊക്കെ 'ശ്രദ്ധ'യിലൂടെ ശ്രദ്ധിക്കുന്നു.

2) ഉച്ചഭക്ഷണ പദ്ധതി

ഇന്ത്യയിൽ സാർവ്വത്രികമായി ഉച്ചഭക്ഷണ പദ്ധതി ആരംഭിക്കുന്നതിന് വളരെ മുമ്പുതന്നെ കേരളത്തിൽ ഈ പദ്ധതി ആരംഭിച്ചിരുന്നു. വിശന്ന വയറുമായി ഒരു കുട്ടിക്കും പഠനത്തിൽ ശ്രദ്ധ കേന്ദ്രീകരിക്കാൻ കഴിയില്ല എന്ന നിലപാട് നാം കൈക്കൊണ്ടു. ആയതിനാൽ 1980 കളിൽ തന്നെ ഉച്ചക്കഞ്ഞി പദ്ധതി നാം ആരംഭിച്ചു. അത് മെച്ചപ്പെടുത്തി പോഷകസമൃദ്ധമായ ഉച്ചഭക്ഷണ പദ്ധതിയായി നാം ഇതിനെ വളർത്തിയെടുത്തു.

എയ്ഡഡ്, സർക്കാർ വിദ്യാലയങ്ങളിലെ പ്രീസ്കൂൾ മുതൽ എട്ടാം ക്ലാസ് വരെയുള്ള മുഴുവൻ കുട്ടികൾക്കും ഉച്ചഭക്ഷണം സൗജന്യമായി നല്കുന്നു. കേന്ദ്രസഹായവും ഇതിനായി ലഭിക്കുന്നുണ്ട്. പയറുവർഗ്ഗങ്ങളും പച്ചക്കറികളും ഉൾപ്പെടുത്തി പോഷക സമൃദ്ധമായ ഭക്ഷണം എല്ലാ ദിവസവും കുട്ടികൾക്ക് നല്കുന്നു. ഉച്ചഭക്ഷണത്തിന്റേയും കുടിവെള്ളത്തിന്റേയും ഗുണമേന്മ ഉറപ്പുവരുത്തുന്നതിനായി ഇവയുടെ സാമ്പി

ഭക്ഷ്യഭദ്രതാ അലവൻസ്

കോവിഡ് കാലത്ത് ഉച്ചഭക്ഷണത്തിന് അർഹരായ കുട്ടികൾക്ക് ഭക്ഷ്യ ധാന്യവും, ചെറുപയർ, കടല, പരിപ്പ്, ഭക്ഷ്യ എണ്ണ തുടങ്ങിയവ അടങ്ങിയ ഭക്ഷ്യ കിറ്റുകൾ കുട്ടികളുടെ വീടുകളിൽ എത്തിച്ചുനല്കി. പ്രീ പ്രൈമറി ക്ലാസുകളിലെ കുട്ടികൾക്ക് 1.200 കിഗ്രാം അരിയും എൽ പി ക്ലാസുകളിലെ കുട്ടികൾക്ക് 4 കിലോഗ്രാം അരിയും യു പി ക്ലാസുകളിലെ വിദ്യാർത്ഥികൾക്ക് 6 കിലോഗ്രാം അരിയും അടങ്ങുന്നതാണ് കിറ്റുകൾ. ജില്ലയിലെ രണ്ട് സപ്ലൈകോ ഡിപ്പോകൾക്കാണ് കിറ്റുകൾ തയ്യാറാക്കി സ്കൂളുകളിൽ എത്തിക്കാനുള്ള ചുമതല. മാർച്ച്, ഏപ്രിൽ, മെയ് മാസങ്ങളിൽ ഇതിന്റെ പ്രയോജനം 26,26,763 കുട്ടികൾക്കും, ജൂൺ മുതൽ ആഗസ്ത് വരെയുള്ള കാലയളവിൽ 27,27,202 കുട്ടികൾക്കും ഭക്ഷ്യകിറ്റുകളുടെ പ്രയോജനം ലഭിച്ചു.

ളുകൾ എൻ എ സി എൽ അക്രഡിറ്റേഷനുള്ള ലാബിൽ മൈക്രോബയോളജിക്കൽ പരിശോധന നടത്തുന്ന സംവിധാനം ഏർപ്പെടുത്തി. കേരളത്തിലെ ഏതാണ്ടെല്ലാ വിദ്യാലയങ്ങളിലും കൃഷിവകുപ്പിന്റെയും മറ്റും സർക്കാർ ഏജൻസികളുടേയും സഹകരണത്തോടെ സ്കൂൾ പച്ചക്കറിത്തോട്ടം വികസിപ്പിച്ചു. കുട്ടികളെ കൃഷിയിൽ താല്പര്യമുള്ളവരാക്കി മാറ്റുക എന്ന ലക്ഷ്യവും ഇതുവഴി അഭിമുഖീകരിക്കാൻ കഴിഞ്ഞു. പാചകം ചെയ്യുന്നതിന് സ്കൂളുകളിൽ വിറകിന് പകരം പാചകവാതകം ഉപയോഗിക്കുന്ന സമ്പ്രദായം നടപ്പാക്കി. പാചകത്തൊഴിലാളികളുടെ ഓണറേറിയവും കാലോചിതമായി വർദ്ധിപ്പിച്ചു.

3) മേളകൾ ജനകീയമാകുന്നു

കുട്ടികളുടെ വൈഭവത്തെയും സർഗ്ഗശേഷിയേയും വിശാലമായ പൊതുവേദികളിലേക്ക് കൊണ്ടുവരിക എന്ന ഉദ്ദേശ്യത്തോടുകൂടിയാണ് വിവിധ തലങ്ങളിലുള്ള മേളകൾ നടക്കുന്നത്. 1957 ലാണ് ആദ്യത്തെ സംസ്ഥാനമേള നടന്നത്. പിന്നീട് മേളകൾ വിപുലപ്പെടുകയും ഇപ്പോൾ കലാമേള, ശാസ്ത്ര - ഗണിതശാസ്ത്ര - സാമൂഹ്യശാസ്ത്ര - പ്രവൃത്തി പരിചയ മേള, ഐ ടി മേള, കായികമേളയ്ക്ക് പുറമെ ഗെയിംസ് ഇനങ്ങൾക്കായി പ്രത്യേക മേളകൾ എന്നിവ നടക്കുന്നു. കൂടാതെ വിദ്യാരംഗം മേളകൾ, സംസ്കൃത മേളകൾ, അറബി മേളകൾ എന്നിവ സ്കൂൾ തലം മുതൽ സംസ്ഥാനതലം വരെ നടക്കുന്നു. അദ്ധ്യാപക വിദ്യാർത്ഥികൾക്കായും സവിശേഷകഴിവുള്ള വിദ്യാർത്ഥികൾക്കായും മേളകൾ നടത്തുന്നുണ്ട്.

പൊതുവിദ്യാലയങ്ങളിലെ സർഗ്ഗധനരായ വിദ്യാർത്ഥികളുടെ

ഏറ്റവും വലിയ കലാ സാംസ്കാരിക ആഘോഷമാണ് കേരള സ്കൂൾ കലോത്സവം. കേരളത്തിന്റെ സാംസ്കാരിക വൈവിദ്ധ്യങ്ങളുടെ സംഗമമാണ് കേരള സ്കൂൾ കലോത്സവം.

1957 ൽ എറണാകുളം ഗേൾസ് ഹൈസ്ക്കൂളിൽ ക്ലാസ് മുറികളിൽ 12 ഇനങ്ങളിലായി 18 മത്സരങ്ങളിലാണ് ആദ്യ വർഷം ഏതാനും വിദ്യാർത്ഥികൾ പങ്കെടുത്തിരുന്നത്. എന്നാൽ ഇപ്പോൾ സ്കൂൾ ഉപജില്ല, ജില്ല, സംസ്ഥാനം എന്നിങ്ങനെയുള്ള തലങ്ങളിലായി പത്ത് ലക്ഷത്തിലധികം വിദ്യാർത്ഥികൾ സ്കൂൾ മേളകളുടെ ഭാഗമായിത്തീരുന്നുണ്ട്. മൺമറഞ്ഞ് പോകുമായിരുന്ന നിരവധി കലാരൂപങ്ങളേയും, പ്രവൃത്തി പരിചയ മേളകളുടെ ഭാഗമായി കൈവിരുതുകളേയും സംരക്ഷിക്കാൻ മേളകളിലൂടെ കഴിയുന്നുണ്ട്. 2019 നവംബർ മാസം കാസർഗോഡ് ജില്ലയിലെ കാഞ്ഞങ്ങാട് വെച്ചാണ് 60-ാമത് കേരള സ്കൂൾ കലോത്സവം നടത്തിയത്. അതിൽ 239 ഇനങ്ങളിലായി 12304 കുട്ടികൾ പങ്കെടുത്തു. പലപ്പോഴും ഉദ്യോഗസ്ഥ തലത്തിൽപരിമിതപ്പെടുന്നു എന്ന് ആക്ഷേപം ഉയരാറുള്ള മേളകളെ എങ്ങനെ ഒരു ജനകീയ മേളയാക്കി വികസിപ്പിക്കാമെന്ന് കാട്ടിത്തന്ന ജനകീയോത്സവമായി മാറി കാഞ്ഞങ്ങാട് നടത്തിയ മേള.

കുട്ടികളിൽ ശാസ്ത്രീയ അവബോധം വളർത്തുന്നതിനും അന്വേഷണ താല്പര്യം പ്രോത്സാഹിപ്പിക്കുന്നതിനും ഐ ടി യിൽ അഭിരുചി വളർത്തുന്നതിനും കൈവിരുതുകളെ അംഗീകരിക്കുന്നതിനുമാണ് ശാസ്ത്ര - ഗണിതശാസ്ത്ര - പ്രവൃത്തി പരിചയ - ഐ ടി മേളകൾ നടത്തുന്നത്. 2019-20 ൽ ശാസ്ത്ര - ഗണിതശാസ്ത്ര - പ്രവൃത്തി പരിചയ - ഐ ടി സംസ്ഥാന മേളകളിൽ 154 ഇനങ്ങളിലായി 4439 കുട്ടികൾ പങ്കെടുത്തിട്ടുണ്ട്.

2020-21 വർഷം കോവിഡ് 19 ന്റെ പശ്ചാത്തലത്തിൽ മേളകൾ നടത്താൻ നമുക്ക് കഴിഞ്ഞിട്ടില്ല. കഴിഞ്ഞ നാല് വർഷത്തെ അനുഭവ പാഠങ്ങളുടെ പശ്ചാത്തലത്തിൽ എല്ലാ മേളകളും കൂടുതൽ ജനകീയമാക്കാൻ കഴിയുമെന്ന പ്രതീക്ഷയാണ് ഉള്ളത്.

4) കായികമേളകൾ

സ്കൂൾ വിദ്യാർത്ഥികളുടെ കായിക മികവ് കണ്ടെത്തുന്നതിനും അവരെ മാനസികമായും ശാരീരികമായും ക്ഷമതയുള്ളവരുമാക്കി മാറ്റുന്നതിനാണ് കായിക മേളകൾ പ്രയോജനപ്പെടുത്തുന്നത്. സബ് ജില്ല, റവന്യൂ ജില്ല, സംസ്ഥാന തലങ്ങളിൽ മത്സരങ്ങൾ നടത്തുകയും വിജയികളെ കണ്ടെത്തി ദേശീയ മത്സരങ്ങളിൽ പങ്കെടുപ്പിക്കുകയും ചെയ്യുന്നു. 38 ഇനങ്ങളിലാണ് കായിക മേഖലയിൽ പ്രൈമറി തലം മുതൽ ഹയർസെക്കന്ററി തലം വരെ മത്സരങ്ങൾ നടക്കുന്നത്. ഇത് കൂടാതെ 2018-19 അദ്ധ്യയന വർഷം വരെ 18 ഇനങ്ങളിൽ മാത്രമേ മത്സരങ്ങൾ ഉണ്ടായിരുന്നുള്ളൂ.

സ്കൂൾ കായികമേള

ദേശീയ തലത്തിൽ നടക്കുന്ന മത്സരങ്ങളിലെല്ലാം കേരളത്തിന്റെ പങ്കാളിത്തം ഉറപ്പാക്കാറുണ്ട്. വിവിധങ്ങളായ മത്സരങ്ങൾ ഇന്ത്യയിലെ വ്യത്യസ്ത തലങ്ങളിൽ വെച്ചാണ് നടക്കാറ്. ചുരുങ്ങിയ സമയം മാത്രമേ സജ്ജമാകാൻ ലഭിക്കാറുള്ളൂ, എന്നിരുന്നാലും വ്യത്യസ്തങ്ങളായ വേദികളിൽ നടക്കുമ്പോൾ അവിടെ കുട്ടികളെ സുരക്ഷിതരായി എത്തിക്കുക എന്നതും തിരിച്ച് കൊണ്ടുവരിക എന്നതും അതികഠിനമായ തപസ്യയാണ്. റെയിൽവേയുമായി ബന്ധപ്പെട്ട് കോച്ചുകൾ ഏർപ്പാട് ചെയ്യുക, നടക്കുന്ന കേന്ദ്രങ്ങളിൽ പോഷകസമൃദ്ധമായ കേരളീയ ഭക്ഷണം തന്നെ ലഭ്യമാക്കുക, അതിനായി പാചകം ചെയ്യുന്ന വിദഗ്ദ്ധരെ ടീമിനോടൊപ്പം കൊണ്ടുപോകുക, വേദികളോടടുത്ത് ഭക്ഷണം തയ്യാറാക്കുന്നതിനും വിതരണം ചെയ്യുന്നതിനുമുള്ള ക്രമീകരണങ്ങൾ സജ്ജീകരിക്കുക തുടങ്ങി പുറത്ത് കാണാത്ത എന്നാൽ അതിപ്രധാനമായ കടമകളും കൃത്യമായി ആസൂത്രണം ചെയ്ത് നടപ്പാക്കാൻ വകുപ്പിന് കഴിയുന്നുണ്ട്. തുടർച്ചയായി പല ദേശീയ മത്സരങ്ങളിലും ഒന്നാം സ്ഥാനക്കാരാകാനും കേരളത്തിന്റെ കൊടിക്കൂറ ഉയരങ്ങളിൽ പറത്താനും കേരളത്തിന്റെ മിടുമിടുക്കരായ കുട്ടികൾക്കും അതിന് മാതൃകാപരമായ നേതൃത്വം നല്കാൻ ഈ രംഗത്ത് പ്രവർത്തിക്കുന്നവർക്കും കഴിയുന്നുണ്ട്.

5) ജൈവവൈവിദ്ധ്യ ഉദ്യാനം

ആഗോളതാപനം, കാലാവസ്ഥാ വ്യതിയാനം എന്നിവ സംബന്ധിച്ച് ഗൗരവമായ ചർച്ചകൾ ലോകമെമ്പാടും നടക്കുകയാണ്. ആഗോളതാപനത്തിന്റെ ഭാഗമായുണ്ടാകുന്ന കാലാവസ്ഥാ വ്യതിയാനം പ്രത്യക്ഷമായും പരോക്ഷമായും കേരളത്തെ അടക്കം ബാധിച്ചു കൊണ്ടിരിക്കുന്നു.

ജൈവവൈവിദ്ധ്യ ഉദ്യാനം

മാനവരാശിയുടെ പ്രകൃതിയിലുള്ള ഇടപെടൽ പരിസ്ഥിതി സൗഹൃദമായില്ലെങ്കിൽ ജീവരാശിയുടെ നിലനില്പ് തന്നെ അപകടത്തിലാകും. പരിസ്ഥിതിയുടെയും പരിസ്ഥിതി സംരക്ഷണത്തിന്റെയും പ്രാധാന്യം കുട്ടികളിലേക്ക് എത്തിക്കാൻ ആവിഷ്കരിച്ച നൂതനമായ പദ്ധതിയാണ് ജൈവവൈവിദ്ധ്യ ഉദ്യാനം. മാത്രവുമല്ല ക്ലാസിൽനിന്ന് പഠന വസ്തുതകൾ ഉൾക്കൊണ്ട് പുറത്തിറങ്ങുന്ന കുട്ടികൾ ഒരിക്കലും വരണ്ട സ്കൂൾ ക്യാമ്പസ് ഇഷ്ടപ്പെടില്ല. അവരുടെ മനസ്സിൽ കുളിരണിയിക്കാനും ക്ലാസിൽ മനസ്സിലാക്കിയ കാര്യങ്ങൾ പ്രകൃതിയുമായി ബന്ധപ്പെടുത്തി ആർജ്ജിച്ച അറിവിനെ ഒന്നുകൂടി ഊട്ടി ഉറപ്പിക്കാനും പ്രകൃതിതന്നെയാണ് ഏറ്റവും മഹത്തരമായ പാഠപുസ്തകം എന്ന വസ്തുത അനുഭവത്തിലൂടെ ബോദ്ധ്യപ്പെടാൻ സഹായിക്കുക എന്ന വിശാല ലക്ഷ്യം കൂടി ജൈവവൈവിദ്ധ്യ ഉദ്യാനവുമായി ബന്ധപ്പെട്ടുണ്ട്. കേരളത്തിലെ വിദ്യാലയങ്ങളിൽ ലഭ്യമായ സ്ഥലത്തിനനുസൃതമായി ജൈവവൈവിദ്ധ്യ ഉദ്യാനങ്ങൾ വികസിപ്പിക്കാനുള്ള ശ്രമങ്ങൾ കഴിഞ്ഞ അഞ്ചുവർഷമായി നടക്കുന്നു. സമഗ്ര ശിക്ഷാ കേരളയും പൊതുവിദ്യാഭ്യാസ ഡയറക്ടറേറ്റും ജൈവവൈവിദ്ധ്യ ഉദ്യാനങ്ങൾ സ്കൂളിൽ വികസിപ്പിക്കാൻ ആവശ്യമായ സഹായങ്ങൾ നല്കുന്നുണ്ട്. കൂടാതെ ഏറ്റവും മികച്ച ജൈവവൈവിദ്ധ്യ ഉദ്യാനത്തെ കണ്ടെത്താനും അംഗീകരിക്കാനും ഉള്ള ശ്രമങ്ങൾ കഴിഞ്ഞ വർഷങ്ങളിൽ നടത്തിയിട്ടുണ്ട്.

6) സമയം തെറ്റിക്കാതെ പരീക്ഷകൾ

വളരെ ചിട്ടയായും സമയനിഷ്ഠ പാലിച്ചുകൊണ്ടും യാതൊരു പരാതികളും ഇല്ലാതെ പൊതു പരീക്ഷകൾ നടത്താൻ നമുക്ക് കഴിയുന്നുണ്ട്. എസ് എസ് എൽ സി പരീക്ഷ നടക്കുന്നത് തിരുവനന്തപുരം പൂജപ്പുര

യിൽ ഉള്ള പരീക്ഷാഭവന്റെ നേതൃത്വത്തിലും ഹയർസെക്കന്ററി വിഭാഗം പരീക്ഷ നടത്തുന്നത് ഹയർ സെക്കന്ററി പരീക്ഷാ വിഭാഗത്തിന്റെയും വൊക്കേഷണൽ ഹയർസെക്കന്ററി പരീക്ഷ നടത്തുന്നത് വൊക്കേഷണൽ ഹയർസെക്കന്ററി പരീക്ഷാ വിഭാഗത്തിന്റെയും നേതൃത്വത്തിലാണ് .

കേവലമായ പരീക്ഷാ നടത്തിപ്പ് മാത്രമല്ല ഈ സംവിധാനങ്ങൾ നിറവേറ്റുന്നത്. കേരളത്തിലങ്ങോളമിങ്ങോളമുള്ള അദ്ധ്യാപകരെ പങ്കെടുപ്പിച്ചുകൊണ്ട് കൃത്യമായ ആസൂത്രണത്തോടെ കുട്ടികളുടെ പരീക്ഷ പേപ്പറുകളുടെ മൂല്യനിർണ്ണയം, രഹസ്യസ്വഭാവം പാലിച്ചുകൊണ്ട് മാർക്കുകൾ കമ്പ്യൂട്ടറുകളിൽ രേഖപ്പെടുത്തൽ, ഓരോ കുട്ടിയുടേയും പേപ്പർ മൂല്യനിർണ്ണയം ചെയ്ത് ലഭിച്ച മാർക്കുകൾ അത് കുട്ടികൾക്ക് തന്നെ ലഭിക്കുമെന്ന് ഉറപ്പാക്കൽ തുടങ്ങി പരീക്ഷാ ഫലം പുറത്തു വരുന്നതു വരെ ചെയ്യേണ്ട കാര്യങ്ങൾ ചിട്ടയായി നിറവേറ്റുകയും പരീക്ഷാഫലങ്ങളുടെ സ്കൂൾ തലം മുതൽ സംസ്ഥാന തലം വരെ വിശകലനം, അത് കേരള സമൂഹത്തിനുമുന്നിൽ അവതരിപ്പിക്കൽവരെയുള്ള കാര്യങ്ങൾ പരീക്ഷാഭവനുകൾ ചിട്ടയായി ചെയ്യുന്നുണ്ട്. കൂടാതെ പരീക്ഷാഭവൻ മറ്റു നിരവധി പരീക്ഷകൾ നടത്തുന്നു. ടെക്നിക്കൽ സ്കൂളുകളിലെയും ആർട്സ് സ്കൂളിലെയും പത്താംതരം പൊതുപരീക്ഷ, ഡി എഡ് പരീക്ഷ, ഡി എൽ എഡ് പരീക്ഷ, തുല്യതാ പരീക്ഷകൾ, കെ ടെറ്റ് പരീക്ഷ, സെറ്റ് പരീക്ഷ, എൽ എസ് എസ്, യു എസ് എസ് പരീക്ഷകൾ തുടങ്ങി 30 വ്യത്യസ്തങ്ങളായ പരീക്ഷകൾ നടത്തുന്നു.

യാതൊരു പരാതിക്കും ഇടംനല്കാതെ കൃത്യനിഷ്ഠയോടെ കേരളീയ സമൂഹത്തിന് വേണ്ടി നിശ്ശബ്ദ സേവനം നടത്തുന്ന പരീക്ഷാഭവനുകളുടെ പ്രവർത്തനം കൂടുതൽ മെച്ചപ്പെട്ടതാക്കി മാറ്റാൻ കഴിഞ്ഞ അഞ്ചു വർഷങ്ങളിലായി കഴിഞ്ഞിട്ടുണ്ട്.

7) കുട്ടികൾക്ക് വഴികാട്ടിയായി വിദ്യാരംഗവും ശാസ്ത്രരംഗവും

കുട്ടികളുടെ വൈവിദ്ധ്യമാർന്ന അഭിരുചികളെ കണ്ടെത്താനും പ്രോത്സാഹിപ്പിക്കാനും *വിദ്യാരംഗ*വും *ശാസ്ത്രരംഗ*വും നടത്തുന്ന പ്രവർത്തനങ്ങൾ ശ്ലാഘനീയമാണ്.

കലാസാഹിത്യ മേഖലകളുമായി വിദ്യാർത്ഥികളെ കണ്ണി ചേർക്കുന്ന ഉപാധിയാണ് വിദ്യാരംഗം കലാസാഹിത്യവേദി. കുട്ടികളുടെ 'സർഗ്ഗപരമായ എല്ലാ കഴിവുകളും വികസിപ്പിക്കുന്നതാകും സമഗ്ര വിദ്യാഭ്യാസം' എന്ന പൊതുവിദ്യാഭ്യാസ സംരക്ഷണയജ്ഞത്തിന്റെ ലക്ഷ്യം സാർത്ഥകമാക്കാനുള്ള ഒരു ഉപാധി കൂടിയാണ് ഇത്. ഓരോ കുട്ടിയുടെയും സർഗ്ഗപരമായ കഴിവുകൾ കണ്ടെത്തി വികസിപ്പിക്കാനുള്ള അവസരങ്ങൾ ക്ലാസ് റൂം പ്രവർത്തനത്തിന്റെ ഭാഗമായും സവിശേഷ അവസരങ്ങൾ ഒരുക്കിയും പ്രയോജനപ്പെടുത്തുക എന്നത് ഒരു പ്രധാന പ്രവർത്തനമേഖലയായി *വിദ്യാരംഗം* കരുതുന്നു. ഇങ്ങനെയുള്ള പ്രവർത്തനങ്ങളിലൂടെ മതനിരപേക്ഷത, ജനാധിപത്യബോധം, തുല്യത, സഹവർ

ത്തിത്വം, സഹകരണം, അനുതാപം തുടങ്ങിയ മാനവിക മൂല്യങ്ങൾ ഉള വാക്കാൻ സഹായകമായ അനുഭവങ്ങൾ ഒരുക്കാൻ പ്രത്യേകം ശ്രദ്ധിച്ചി ട്ടുണ്ട്. അതോടൊപ്പം പാരിസ്ഥിതികാവബോധം, മാലിന്യ നിർമ്മാർജ്ജ നാവബോധം, സാമൂഹികാവബോധം, വിമർശനാവബോധം, ലിംഗാവബോ ധം, യുക്തിബോധം എന്നിവ വളർത്താൻ ആവശ്യമായ ഭാഷാ സന്ദർഭ ങ്ങളും ഒരുക്കുന്നു. സാഹിത്യരംഗത്ത് അതിപ്രശസ്തരെയും വൈവിദ്ധ്യ മാർന്ന സാഹിത്യ രചനകളെയും കുട്ടികൾക്ക് പരിചയപ്പെടുത്തുവാൻ *വിദ്യാരംഗം* മാസിക പ്രയോജനപ്പെടുന്നു. ഏറ്റവും ആകർഷകമായ നി ലയിൽ *വിദ്യാരംഗം* മാസികയെ വളർത്തിയെടുക്കാൻ കഴിഞ്ഞിട്ടുണ്ട്.

അതുപോലെ കുട്ടികളിലെ അന്വേഷണ ഭാവം വളർത്താനും വിക സിപ്പിക്കുവാനും വേണ്ടി രൂപകല്പന ചെയ്തതാണ് *ശാസ്ത്രരംഗം.* മാ നവരാശിയുടെ ചരിത്രമെന്നത് നിരന്തരമായ അന്വേഷണത്തിന്റെ ചരി ത്രമാണ്. പഞ്ചേന്ദ്രിയങ്ങൾ ഉപയോഗിച്ച് പ്രകൃതിയെ ആഴത്തിൽ അറി യുകയും ഉയർന്നുവരുന്ന പ്രശ്നങ്ങളെ നിർദ്ധാരണം ചെയ്യാൻ നിരന്തര മായി ശ്രമിക്കുകയും ചെയ്യുന്നതാണല്ലോ അന്വേഷണ ഭാവത്തിന്റെ പ്രത്യേകത. ഇതിന്റെ ഭാഗമായി പ്രകൃതി പ്രതിഭാസങ്ങളെയും പ്രകൃതി ചലനങ്ങളെയും നിരന്തരമായി വീക്ഷിക്കുകയും ലഭ്യമായ വസ്തുതകളെ അതിന്റെ അടിസ്ഥാനത്തിൽ വിശകലനം ചെയ്തുകൊണ്ട് അറിവിന്റെ പുതിയ ജാലകങ്ങൾ തുറക്കുകയുമാണ് ചെയ്യുന്നത്. ശാസ്ത്രം എന്നത് ചിട്ടപ്പെടുത്തിയ അറിവ് എന്നതിനോടൊപ്പം ശാസ്ത്രീയരീതിയിൽ ചിട്ട പ്പെടുത്തി വികസിപ്പിച്ചെടുത്ത അറിവും കൂടിയാണ്. ഇത് പുനരാവർത്തി ക്കാനും കഴിയണം. അതാണ് ശാസ്ത്രീയരീതി. ശാസ്ത്രത്തിന്റെ ഈ രീതിയെ സ്വായത്തമാക്കുമ്പോഴാണ് ശാസ്ത്രീയ മനോഭാവം വികസി പ്പിക്കാനും ശാസ്ത്രബോധം ഉളവാകാനും സഹായമാകുന്നത്. ഇത്തരം അന്വേഷണം ശാസ്ത്രവിഷയങ്ങളിൽ മാത്രമായി പരിമിതപ്പെടുത്താൻ കഴിയില്ല. നിലവിലുള്ള സയൻസ്, സാമൂഹ്യശാസ്ത്രം, ഗണിതശാസ്ത്രം, പ്രവൃത്തിപരിചയം ക്ലബ്ബുകളുടെ പ്രവർത്തനങ്ങൾ ഉദ്ഗ്രഥിച്ചുകൊണ്ട് കുട്ടികളെ ബഹുവിഷയാടിസ്ഥാനത്തിൽ അന്വേഷണം നടത്തുന്നതിന് സഹായകമായ വേദിയായാണ് *ശാസ്ത്രരംഗത്തെ* വിവക്ഷിക്കുന്നത്. 2019– 20 അക്കാദമിക് വർഷമാണ് ഇതിനാവശ്യമായ ഒരു പ്രവർത്തന രൂപരേഖ ഉണ്ടായത്. ഇതോടൊപ്പം വൈജ്ഞാനിക ലോകത്ത് നടക്കുന്ന വിവിധ ങ്ങളായ അന്വേഷണങ്ങളും അതുവഴി ഉണ്ടായിവരുന്ന പുത്തൻ അറിവു കളും കുട്ടികളിലെത്തിക്കാൻ സഹായകമാകും വിധം *ശാസ്ത്രരംഗം* എ ന്ന ത്രൈമാസികയും ഈ സർക്കാരിന്റെ കാലത്ത് ആരംഭിക്കാൻ കഴി ഞ്ഞിട്ടുണ്ട്.

ഏകോപനം

1990 കളുടെ ആദ്യമാണ് ഹയർസെക്കന്ററി ആരംഭിക്കുന്നത്. 1990 കൾ അവസാന പാദത്തിൽ പ്രീഡിഗ്രി കോളേജുകളിൽനിന്നും മാറ്റി സ്

കൂളുകളുടെ ഭാഗമാക്കി ഹയർസെക്കന്ററി വലിയ തോതിൽ ആരംഭിച്ചു. അതിന്റെ ഫലമായി പത്താം ക്ലാസിന്റെ തുടർച്ചയായി എല്ലാ കുട്ടികൾക്കും ഹയർസെക്കന്ററി പഠനം ഉറപ്പാക്കാൻ കഴിഞ്ഞു. 12-ാം ക്ലാസുവരെ സ്കൂൾ സംവിധാനത്തിന്റെ ഭാഗമായെങ്കിലും ഭരണപരമായ ഏകോപനം ഇനിയും ഉറപ്പാക്കേണ്ടിയിരിക്കുന്നു. അതിനുള്ള ആദ്യപടി എന്ന നിലയിൽ ഡി പി ഐ, ഹയർസെക്കന്ററി, വൊക്കേഷണൽ ഹയർസെക്കന്ററി ഡയറക്ടറേറ്റുകൾ ഏകോപിപ്പിച്ച് ഡയറക്ടർ ഓഫ് സ്കൂൾ എഡ്യൂക്കേഷന്റെ (പൊതുവിദ്യാഭ്യാസ ഡയറക്ടർ) പരിധിയിൽ കൊണ്ടുവന്നു. എല്ലാ തലങ്ങളിലുമുള്ള ഏകോപനം പടിപടിയായി നടത്തുന്നതാണ്.

വിദഗ്ദ്ധ സമിതി

ഗുണമേന്മയുള്ള വിദ്യാഭ്യാസം കുട്ടികളുടെ അവകാശം എന്ന കാഴ്ചപ്പാടിനുഗുണമായി വിദ്യാഭ്യാസ അവകാശ നിയമം 2009 ന്റെ പശ്ചാത്തലത്തിൽ പന്ത്രണ്ടാം ക്ലാസുവരെയുള്ള വിദ്യാഭ്യാസം കൂടുതൽ മെച്ചപ്പെട്ടതാക്കാൻ സർക്കാർ ഒരു വിദഗ്ദ്ധ സമിതിയെ നിയോഗിക്കുകയുണ്ടായി. എൻ സി ഇ ആർ ടി കരിക്കുലം വിഭാഗത്തിന്റെ മുൻ തലവനും എസ് സി ഇ ആർ ടി ഡയറക്ടറുമായ പ്രൊഫ. എം എ ഖാദറാണ് സമിതി ചെയർമാൻ. നിയമ വകുപ്പിൽനിന്നും സ്പെഷ്യൽ സെക്രട്ടറിയായി വിരമിച്ച ജി ജ്യോതിചൂഡൻ, വിദ്യാഭ്യാസ പ്രവർത്തകനായ ഡോ. സി രാമകൃഷ്ണൻ എന്നിവരാണ് സമിതി അംഗങ്ങൾ. സമിതി തയ്യാറാക്കിയ റിപ്പോർട്ടിന്റെ ആദ്യ ഭാഗം സർക്കാരിന് സമർപ്പിച്ചു. റിപ്പോർട്ട് സർക്കാർ തത്ത്വത്തിൽ അംഗീകരിച്ചിട്ടുണ്ട്.

അക്ഷര വൃക്ഷം

മഹാമാരി കാലത്ത് വീടുകളിൽ ഒറ്റപ്പെട്ടുപോയ കുട്ടികളുടെ സർഗ്ഗാത്മകത പ്രകാശിപ്പിക്കാൻ എസ് സി ഇ ആർ ടി ഒരുക്കിയ പദ്ധതിയായിരുന്നു അക്ഷരവൃക്ഷം. പരിസ്ഥിതി, ശുചിത്വം, പകർച്ച വ്യാധി എന്നിങ്ങനെ കാലികമായി ഏറ്റവും പ്രസക്തമായ പ്രമേയങ്ങളെ അധികരിച്ച് കുട്ടികൾക്ക് കഥകളും കവിതകളും ലേഖനങ്ങളും എഴുതാനും എഴുതിയത് സ്കൂൾ വിക്കിയിൽ അപ്‌ലോഡ് ചെയ്യാനും അവസരമൊരുക്കി. ആവേശകരമായ പ്രതികരണമാണ് കുട്ടികളുടെ ഭാഗത്തുനിന്നും ഉണ്ടായത്. 4,947 വിദ്യാലയങ്ങളിൽനിന്നായി 56,282 സർഗ്ഗാത്മക രചനകൾ സ്കൂൾ വിക്കിയിൽ അപ്‌ലോഡ് ചെയ്യപ്പെട്ടത്. എസ് സി ഇ ആർ ടി രൂപീകരിച്ച വിദഗ്ദ്ധ സമിതി പരിശോധിച്ച് മെച്ചപ്പെട്ടവ തെരഞ്ഞെടുത്ത് എഡിറ്റ് ചെയ്ത് 30 വോള്യങ്ങളായി അച്ചടിച്ച് പ്രസിദ്ധീകരിച്ചു. ഈ അക്കാദമിക സംരംഭം, ഒരു സ്ഥാപനത്തിന് ലഭിക്കുന്ന ഏറ്റവും കൂടിയ എണ്ണം സർഗ്ഗാത്മക രചനകൾക്കുള്ള ഇന്ത്യ ബുക്ക് ഓഫ് റെക്കാർഡ്സ് അവാർഡിന് അർഹമായി.

സംസ്ഥാന വിദ്യാഭ്യാസ ഗവേഷണ പരിശീലന സമിതി

ഗുണനിലവാരമുള്ള വിദ്യാഭ്യാസം കുട്ടികളുടെ അവകാശമാണ്. അത് അവർക്ക് ലഭ്യമാക്കുക എന്നത് പൊതുവിദ്യാഭ്യാസ സംരക്ഷണ യജ്ഞം മുന്നോട്ടുവെക്കുന്ന ലക്ഷ്യവുമാണ്. കുട്ടികളുടെ പഠനത്തിന്റെ ഗുണനിലവാരം ഉയർത്തുന്നു എന്നത് വിദ്യാഭ്യാസ മേഖലയിൽ കാലങ്ങളായി നടന്നുവരുന്ന ഗവേഷണങ്ങളുടെ പ്രധാന ഊന്നൽ മേഖലയാണ്. മുഴുവൻ പേരും പൊതുപരീക്ഷയിൽ വിജയിക്കുന്ന സ്കൂളുകളിൽ പഠിക്കുന്ന കുട്ടികളിലാണ് ഗുണനിലവാരം എന്നതായിരുന്നു ആദ്യഘട്ട വിദ്യാഭ്യാസ ഗവേഷണങ്ങളിൽ മുന്നോട്ടു വെക്കപ്പെട്ട നിലപാട്. ഈ സ്കൂളുകളാകട്ടെ നഗരപ്രദേശങ്ങളിൽ നല്ല പശ്ചാത്തലസൗകര്യങ്ങളോടു കൂടിയവയും വിദ്യാസമ്പന്നരായ രക്ഷിതാക്കളുടെ പിന്തുണ ഉറപ്പുവരുത്തിയവയും ആയിരുന്നു. എന്നാൽ എത് സ്കൂളിൽ പഠിക്കുന്നു എന്നതല്ല എങ്ങനെ പഠിക്കുന്നു എന്നതും കുട്ടിയുടെ പഠനസാഹചര്യവുമാണ് പ്രധാനം എന്നതിലേക്ക് ഗവേഷണങ്ങളുടെ ഊന്നൽ മാറി. ക്ലാസ്മുറി എന്ന ആവാസവ്യവസ്ഥയിൽ ഓരോ കുട്ടിയുടെയും സാദ്ധ്യതയ്ക്കനുസരിച്ച് പഠിക്കാനും പഠനപ്രയാസങ്ങൾ തിരിച്ചറിഞ്ഞ് സഹായക സംവിധാനമൊരുക്കാനും എത്രമാത്രം സാദ്ധ്യമാകുന്നു എന്നത് ഗുണനിലവാരമുള്ള പഠനം ഉറപ്പുവരുത്തുന്നതിൽ ഒരു പ്രധാനമാനദണ്ഡമായി. ഇതാകട്ടെ നിശ്ചിത പഠനശേഷികൾ നേടുന്നതിൽ ഓരോ കുട്ടിയും എത്രമാത്രം വിജയിക്കുന്നു എന്നതിനെയാണ് ആശ്രയിക്കുന്നത്. അനുയോജ്യമായ പഠനസാഹചര്യങ്ങളൊരുക്കി, ഓരോ കുട്ടിയുടേയും സാദ്ധ്യതയ്ക്കനുസരിച്ച് പഠിക്കാനും കുട്ടിയുടെ പഠനപ്രയാസങ്ങൾ കണ്ടെത്തി പിന്തുണനല്കാനും അതിലൂടെ ആധുനികകാലഘട്ടത്തിനാവശ്യമായ പഠനശേഷികൾ കുട്ടികൾ നേടി എന്നുറപ്പുവരുത്താനും ആണ് നാം

ലക്ഷ്യമിട്ടത്. ഇതിനായി സംസ്ഥാന വിദ്യാഭ്യാസ ഗവേഷണ പരിശീലന സമിതി (SCERT), പഠനസാഹചര്യം, പഠനപ്രക്രിയ, വിലയിരുത്തൽ എന്നീ മൂന്നു മേഖലകളിൽ നടത്തിയ അക്കാദമിക ഇടപെടലുകളാണ് താഴെ വിശദമാക്കുന്നത്.

1. സമഗ്ര

ഇരുപത്തൊന്നാം നൂറ്റാണ്ടിലെ സാദ്ധ്യതകൾ തികച്ചും വ്യത്യസ്തമാണ്. പരമ്പരാഗത സങ്കല്പങ്ങൾക്കപ്പുറം ജനിതകശാസ്ത്രവും, നിർമ്മിതബുദ്ധിയും, ഹരിതോർജ്ജവും, ഡിജിറ്റൽപണവും, വെർച്ച്വൽ പഠനവും എല്ലാം വൈവിദ്ധ്യമാർന്ന സാദ്ധ്യതകളാണ് കുട്ടികളുടെ മുന്നിൽ തുറന്നിടുന്നത്. ഇവിടെ കേൾക്കുക, ഓർമ്മിക്കുക, ആവർത്തിക്കുക എന്ന സാമ്പ്രദായിക പഠനശീലം കൊണ്ട് നമുക്ക് മുന്നേറാനാവില്ല. പകരം അനുയോജ്യമായ വിവരങ്ങൾ അന്വേഷിച്ച് കണ്ടെത്തേണ്ടതുണ്ട്. അവ അപഗ്രഥിച്ച് പുതിയ ആശയങ്ങൾ രൂപീകരിക്കേണ്ടതുണ്ട്. ആശയങ്ങൾ തന്റെ അനുഭവപരിസരത്ത് പ്രയോഗിച്ച് വ്യക്തതവരുത്തി മറ്റുള്ളവർക്കായി അവതരിപ്പിക്കേണ്ടതുണ്ട്. ഇങ്ങനെ ചെയ്യുമ്പോഴാണ് താൻ പഠിച്ച ഗണിതശാസ്ത്രത്തിലെ വിശകലനസിദ്ധാന്തങ്ങളെ ക്യാൻസർ കോശങ്ങളുടെ വളർച്ചയെക്കുറിച്ച് മനസ്സിലാക്കാൻ കഴിയുന്ന തരത്തിൽ ഉപയോഗിക്കാനാകുന്നത്. അതുപോലെ തന്നെ ഭൗതികശാസ്ത്രം മുന്നോട്ടുവെക്കുന്ന എൻട്രോപ്പി എന്ന ആശയത്തെ സ്റ്റോക്ക്മാർക്കറ്റിനെ പ്രവചിക്കാൻ ഉപയോഗപ്പെടുത്തുന്നത്. ഈ സാഹചര്യത്തിലാണ് സമഗ്ര എന്ന പഠനപോർട്ടലിന്റെ ആശയവും പ്രയോഗവും ചർച്ചചെയ്യേണ്ടത്. അദ്ധ്യാപകർക്ക് സഹായകരമായ ടീച്ചിങ് പ്ലാനുകൾ, പഠനസാമഗ്രികൾ, വിലയിരുത്തൽ പാഠങ്ങൾ എന്നിവകൊണ്ട് സമ്പന്നമാണ് സമഗ്രപോർട്ടൽ. വിവരങ്ങളുടെ അന്വേഷണത്തിന് പരിധിയില്ലാത്ത ഡിജിറ്റൽ സാദ്ധ്യതയാണ് സമഗ്ര നമുക്ക് മുന്നിൽ തുറന്നിടുന്നത്. ഇന്റർനെറ്റ് കണക്ടിവിറ്റി കൊണ്ടും അനുബന്ധ ഡിജിറ്റൽ സാമഗ്രികൾകൊണ്ടും ക്ലാസുകൾ ഡിജിറ്റലൈസ് ചെയ്യപ്പെട്ടതോടെ വിവരങ്ങളുടെ അത്ഭുതകരമായ പ്രാപ്യതയാണ് നമ്മുടെ അദ്ധ്യാപകർക്കും കുട്ടികൾക്കും സാദ്ധ്യമായത്. തങ്ങളുടെ ക്ലാസ്റൂം ചർച്ചകളെ കൂടുതൽ ഫലപ്രദമാക്കാൻ ആവശ്യമായ വിഭവങ്ങളാണ് അദ്ധ്യാപകർക്ക് ലഭിച്ചതെങ്കിൽ വിവരാന്വേഷണത്തിന്റെ അനന്തസാദ്ധ്യതകളാണ് ഇതുവഴി കുട്ടികളുടെ മുമ്പിൽ തുറക്കപ്പെട്ടത്. ഇതോടൊപ്പം ക്യൂ ആർ കോഡിന്റെ സഹായത്തോടെ പാഠപുസ്തകത്തിൽ നിന്നു തന്നെ നേരിട്ട് വിവരങ്ങളുടെ ഡിജിറ്റൽ ലോകത്തെത്താനും നാം സൗകര്യമൊരുക്കി.

2. അദ്ധ്യാപക ശാക്തീകരണം

നല്ല അദ്ധ്യാപകനാര് എന്ന ചോദ്യം നിരന്തരമായി ഉന്നയിക്കപ്പെട്ടതാണ്. ഉയർന്ന വിദ്യാഭ്യാസയോഗ്യതയും നല്ല ഉള്ളടക്കധാരണയും

ഫലപ്രദമായ പഠനതന്ത്രങ്ങളുടെ ശേഖരവും എല്ലാം അദ്ധ്യാപക ഗുണതയുടെ സൂചകങ്ങൾ തന്നെ. എന്നാൽ തന്റെ കുട്ടിയുടെ പഠനത്തോടൊപ്പം നില്ക്കാനുള്ള സമയവും സന്നദ്ധതയും നവീന ആശയങ്ങൾക്കായുള്ള സമർപ്പണവും ഏറെ പ്രധാനമാണ്. ഈ കാഴ്ചപ്പാടോടെ സാധാരണ നടത്തുന്ന അദ്ധ്യാപക ശാക്തീകരണപരിപാടികൾക്കപ്പുറം മൂന്നു പദ്ധതികൾക്കാണ് എസ് സി ഇ ആർ ടി നേതൃത്വം നല്കിയത്.

(i) അഡോപ്റ്റ് അദ്ധ്യാപക പരിവർത്തന പദ്ധതി

സ്വയം സന്നദ്ധരായി മുന്നോട്ടുവന്ന അദ്ധ്യാപകരെയാണ് ആദ്യഘട്ടത്തിൽ ഈ നവീനപരിപാടിയിൽ ഉൾപ്പെടുത്തിയത്. വിദ്യാഭ്യാസത്തെക്കുറിച്ചും ആധുനിക ബോധനരീതികളെക്കുറിച്ചും അറിവും അവഗാഹവുമുള്ള അദ്ധ്യാപകരെ വളർത്തിയെടുക്കുക എന്ന ലക്ഷ്യത്തോടെ ആറ് മാസം നീണ്ടുനില്ക്കുന്ന അദ്ധ്യാപക പരിവർത്തന പരിപാടിയാണ് ഇത്. പാഠ്യപദ്ധതി, പാഠപുസ്തകം, അദ്ധ്യാപക പരിശീലനം എന്നീ മേഖലകളിലെല്ലാം വിദഗ്ദ്ധരായ ഒരു കൂട്ടം അദ്ധ്യാപകരെ രൂപപ്പെടുത്തുക എന്നതാണ് ഇതിന്റെ ലക്ഷ്യം. ഇതിനായി വിദ്യാഭ്യാസമേഖലയിലെ കാലാനുസൃതമായ മാറ്റങ്ങൾ ഉൾക്കൊള്ളുന്ന സമഗ്രമായ പാഠ്യപദ്ധതിയാണ് എസ് സി ഇ ആർ ടി തയ്യാറാക്കിയത്. സവിശേഷമായി രൂപകല്പനചെയ്ത ഡിജിറ്റൽ പ്ലാറ്റ്ഫോമിലൂടെയാണ് പരിശീലനം കോവിഡ് 19 ഘട്ടത്തിൽ സംഘടിപ്പിക്കുന്നത്. ജില്ലാതലത്തിൽ ഡയറ്റുകളാണ് ഇതിന് നേതൃത്വം നല്കുന്നത്. ഒരു ജില്ലയിലെ 50 അദ്ധ്യാപകർക്കായി 5 ഡയറ്റ് ഫാക്കൽറ്റി അംഗങ്ങളാണ് മെന്റർമാരായി പ്രവർത്തിക്കുന്നത്. സെമിനാറുകൾ, സിംബോസിയങ്ങൾ, ചർച്ചകൾ, ട്രൈഔട്ടുകൾ, ഫീൽഡ് പഠനങ്ങൾ, ഓൺലൈൻ വിലയിരുത്തൽ എന്നിങ്ങനെ വൈവിദ്ധ്യമാർന്ന അനുഭവങ്ങളാണ് അദ്ധ്യാപകർക്ക് നല്കിവരുന്നത്. മുഖാമുഖ അനുഭവങ്ങൾ ഈ പദ്ധതിയുടെ സുപ്രധാന ഭാഗമാണ്. എന്നാൽ നിലവിലുള്ള സാഹചര്യത്തിൽ അതിന് പരിമിതി അനുഭവപ്പെട്ടു.

(ii) വിദ്യാലയാധിഷ്ഠിത അദ്ധ്യാപകശാക്തീകരണം

അടിച്ചേല്പിക്കപ്പെടുന്ന പരിശീലനങ്ങളേക്കാൾ ആവശ്യപ്പെടുന്ന പരിശീലനങ്ങളാണ് ഫലപ്രദം എന്ന കാഴ്ചപ്പാടിൽ രൂപപ്പെടുത്തപ്പെട്ട പരിപാടിയാണ് വിദ്യാലയാധിഷ്ഠിത അദ്ധ്യാപക ശാക്തീകരണം. കോഴിക്കോട്, തൃശ്ശൂർ ജില്ലകളിലായി രണ്ടു സ്കൂളുകളിലാണ് ഇവ നടപ്പിലാക്കിയത്. ഉയർന്ന ഗുണനിലവാരത്തിന് അതാത് സ്ഥാപനങ്ങൾ തന്നെ മുന്നോട്ടുവരേണ്ടതുണ്ട് എന്നും ഉത്തരവാദിത്വം ഏറ്റെടുക്കേണ്ടതുണ്ട് എന്നതുമാണ് ആധുനികമായ മാനേജ്മെന്റ് സങ്കല്പം. അതുകൊണ്ടുതന്നെ ഏതെല്ലാം മേഖലയിലാണ് ശാക്തീകരണം ആവശ്യമുള്ളത്? അതിന്റെ രീതിശാസ്ത്രം എന്താകണം? എവിടെ വെച്ചാണ് നട

ത്തേണ്ടത്? ഇങ്ങനെ പ്രധാന കാര്യങ്ങളിലെല്ലാം അഭിപ്രായരൂപീകരണത്തിലും നടത്തിപ്പിലും സ്കൂളുകൾക്ക് തുല്യപങ്കാളിത്തമാണ് നല്കിയത്. അദ്ധ്യാപകരെ ശാക്തീകരിക്കാനായി എസ് സി ഇ ആർ ടി സ്കൂളുകളിലേക്ക് ചെന്നു എന്നതാണ് ഇതിലെ സവിശേഷത. അദ്ധ്യാപകരുടെ സജീവമായ പരിശീലനപങ്കാളിത്തം ഉറപ്പിക്കാനായി എന്നുമാത്രമല്ല ചെലവ് കുറയ്ക്കാനും ഈ ശൈലി സഹായകരമായി. ഒപ്പം തന്നെ ഹയർ സെക്കന്ററി അദ്ധ്യാപകർക്കായി സംഘടിപ്പിക്കപ്പെട്ട പത്ത് ദിവസത്തെ സവിശേഷ ശാക്തീകരണപരിപാടിയും എസ് സി ഇ ആർ ടി യുടെ അക്കാദമിക നേതൃത്വത്തിലാണ് നടന്നത്.

3. പഠനപോഷണപരിപാടികൾ

പഠിക്കാൻ പഠിക്കുക എന്നത് വളരെ പ്രധാനമാണ്. വിവരങ്ങൾ വിരൽത്തുമ്പിൽ ലഭ്യമാകുന്ന ഈ കാലത്ത് അവ അപഗ്രഥിച്ച്, നിഗമനങ്ങൾ രൂപീകരിച്ച്, പ്രയോഗത്തിലൂടെ കൃത്യതവരുത്തി പൊതുവായി അവതരിപ്പിക്കുക എന്നതാണ് ശരിയായ പഠനരീതി. ഇത് ഉയർന്ന നിലയിൽ സ്വായത്തമാക്കാൻ കുട്ടികളെ പ്രാപ്തമാക്കുന്നതിനുള്ള പദ്ധതികളാണ് ഗണിതത്തിലെ ന്യൂമാറ്റ്സും സാമൂഹികശാസ്ത്രത്തിലെ സ്റ്റെപ്പും. വിഷയവിദഗ്ദ്ധരുമായി സംവദിക്കാനും ഉന്നതവിദ്യാഭ്യാസ സ്ഥാപനങ്ങൾ സന്ദർശിക്കാനും വിഷയവിദഗ്ദ്ധരുടെ മേല്നോട്ടത്തിൽ പഠന പ്രോജക്ടുകളും അസൈൻമെന്റുകളും ചെയ്യാനും പഠനക്യാമ്പുകളിൽ പങ്കെടുക്കാനും അവസരമൊരുക്കി കുട്ടികളെ ശാസ്ത്രീയമായ പഠനശീലത്തിലേക്ക് നയിക്കാൻ ഈ പദ്ധതികൾ സഹായിക്കുന്നു. ഇതിലൂടെ കടന്നുപോയ കുട്ടികൾ ഇന്ന് ഇന്ത്യയിലെ ദേശീയ പ്രാധാന്യമുള്ള ഉന്നത വിദ്യാഭ്യാസ സ്ഥാപനങ്ങളിൽ തുടർപഠനം നടത്തി വരുന്നുണ്ട്. ആറാം ക്ലാസിൽ നിന്നാണ് ഈ പദ്ധതിയിലേക്ക് കുട്ടികളെ തെരഞ്ഞെടുക്കുന്നത്.

4. നൈതികം

മൂല്യാധിഷ്ഠിത വിദ്യാഭ്യാസത്തിന് പുതിയ മാനം നല്കാനുള്ള ഇടപെടലായിരുന്നു ഭരണഘടനയുടെ എഴുപതാം വാർഷികം ആഘോഷിക്കുന്ന വേളയിൽ സംഘടിപ്പിച്ച നൈതികം എന്ന പദ്ധതി. ഭരണഘടനാവകാശങ്ങളെക്കുറിച്ചും ചുമതലകളെക്കുറിച്ചും ഭരണഘടന ഉയർത്തിപ്പിടിക്കുന്ന മൂല്യങ്ങളെക്കുറിച്ചും വിദ്യാഭ്യാസ കാലത്തുതന്നെ കുട്ടികളിൽ ധാരണ ഉണ്ടാക്കുക എന്നതാണ് ഈ പരിപാടിയിലൂടെ ലക്ഷ്യം വെച്ചത്. ഭരണഘടനയുമായി ബന്ധപ്പെട്ട പ്രധാന ആശയങ്ങൾ കുട്ടികളിലെത്തിക്കുന്നതിന് സഹായകരമായ ചിത്രക്കാർഡുകൾ, ബഹുവർണ്ണ പോസ്റ്ററുകൾ തുടങ്ങിയ പഠന സാമഗ്രികൾ തയ്യാറാക്കുക, ഇവയുടെ സഹായത്തോടെ ഭരണഘടനാവകാശങ്ങൾ നിഷേധിക്കപ്പെടുന്ന അനുഭവങ്ങൾ ഉണ്ടായിട്ടുണ്ടോ എന്ന് വിലയിരുത്തുക, അവകാശചാർ

ട്ടുകളും ചുമതലാചാർട്ടുകളും തയ്യാറാക്കുക, ഭരണഘടനയുടെ ചരിത്രം, രൂപീകരണപ്രക്രിയ, ഘടന ഇവയെപ്പറ്റിയെല്ലാം വിദഗ്ദ്ധക്ലാസുകളിൽ പങ്കെടുക്കുക, സ്കൂളിന് ഒരു മാതൃകാ ഭരണഘടന തയ്യാറാക്കുക തുടങ്ങി വൈവിദ്ധ്യമാർന്ന പഠനാനുഭവങ്ങൾ ഇതിന്റെ ഭാഗമായി കുട്ടികൾക്ക് ലഭ്യമാക്കി.

5. കളിത്തോണിയും കളിപ്പാട്ടവും

സ്കൂൾ പ്രായത്തിന് മുമ്പുള്ള പ്രായം കുട്ടിയുടെ വളർച്ചയെയും വികാസത്തെയും അതിനിർണ്ണായകമായി സ്വാധീനിക്കുന്ന പ്രായഘട്ടമാണ്. കുട്ടിയുടെ ശാരീരികവും, മാനസികവും, വൈകാരികവും, സാമൂഹികവുമായ വികാസം ശരിയായ രീതിയിൽ നടത്തേണ്ടതുണ്ട്. ഈ വിഷയത്തെ ദേശീയതലത്തിലോ സംസ്ഥാനതലത്തിലോ നവീനകാഴ്ചപ്പാടോടെ സമീപിച്ച അനുഭവം നമ്മുടെ മുമ്പിൽ വിരളമാണ്. ഈ സാഹചര്യത്തിലാണ് പ്രീസ്കൂൾ വിദ്യാഭ്യാസത്തിനായി പ്രത്യേക പാഠ്യപദ്ധതി, ചട്ടക്കൂട് തന്നെ തയ്യാറാക്കിയത്. തുടർന്ന് കുട്ടികൾക്കായി കളിത്തോണി എന്ന പ്രവർത്തനപുസ്തകം രൂപകല്പന ചെയ്തു. ഇത് ഫലപ്രദമായി കുട്ടികളിലെത്തിക്കാൻ കളിപ്പാട്ടം എന്ന പേരിൽ അദ്ധ്യാപകർക്കായി കൈപ്പുസ്തകം തയ്യാറാക്കി. ഇതിന്റെ ഫലപ്രാപ്തി പരിശോധിക്കുന്നതിന് തെരഞ്ഞെടുക്കപ്പെട്ട സ്കൂളുകളിൽ അന്വേഷണ പഠനം നടത്തി പാഠ്യപദ്ധതിയും പഠനക്കാർഡുകളും കൈപ്പുസ്തകവും കുറ്റമറ്റതാക്കി.

6. മെന്ററിങ്

പുതിയകാലത്തിന് അനുയോജ്യമാംവിധം കുട്ടികളെ ഒരുക്കാൻ പൊതുവിദ്യാഭ്യാസത്തിന് സാദ്ധ്യമാകുമ്പോഴാണ് ഗുണനിലവാരമുള്ള വിദ്യാഭ്യാസം നാം ഉറപ്പുവരുത്തി എന്ന് പറയാനാകുക. ഇന്നത്തേതിൽ നിന്നു തികച്ചും വ്യത്യസ്തകളാർന്ന ലോകത്താണ് നമ്മുടെ കുട്ടികൾ ജീവിക്കേണ്ടത്. സർഗ്ഗാത്മകതയുടെ, വിമർശനാവബോധത്തിന്റെ, ആശയവിനിമയക്ഷമതയുടെ കൃത്യമായ പ്രയോഗമാണ് കുട്ടികളെ ഇവിടെ സഹായിക്കുക. ഇതിന് കുട്ടികൾക്ക് സഹായകരമാകുന്നത് അവരുടെ അന്വേഷണഭാവമാണ്. അന്വേഷണം സാദ്ധ്യമാകുന്നതാകട്ടെ കുട്ടിയുടെ പരിപൂർണ്ണമായ പങ്കാളിത്തത്തോടുകൂടിയ പഠനപ്രവർത്തനത്തിലൂടെയാണുതാനും. അതുകൊണ്ടുതന്നെ അദ്ധ്യാപകർ നേരിടുന്ന പ്രധാന വെല്ലുവിളി എങ്ങനെ തന്റെ കുട്ടിയുടെ സജീവമായി പഠനപങ്കാളിത്തം ഉറപ്പുവരുത്താം എന്നതാണ്. ഇതിനായി മുന്നോട്ടുവെച്ച പദ്ധതിയാണ് മെന്ററിങ്.

സജീവമായ പഠനപങ്കാളിത്തത്തിന്റെ മുന്നുപാധിയാണ് കുട്ടിയുടെ ആത്മവിശ്വാസം. ആത്മവിശ്വാസമുള്ള പഠിതാവായി കുട്ടിയെ നിലനിർ

ത്തുന്നതിൽ പ്രധാന പങ്കുവഹിക്കുന്നത് അദ്ധ്യാപകരാണ്. കുട്ടികളെ മനസ്സിലാക്കി അവരുടെ കഴിവുകൾ തിരിച്ചറിഞ്ഞ് അതവരെ ബോദ്ധ്യപ്പെടുത്തുക എന്നത് അതിൽ പ്രധാനമാണ്. അതോടൊപ്പം തന്നെ അവരുടെ പരിമിതികൾ പരിഹരിക്കാൻ സഹായിക്കുക എന്നതും പ്രധാനം തന്നെ. ജീവിതത്തിന്റെ സുഗമമായ മുന്നോട്ട് പോക്കിനെ തടസ്സപ്പെടുത്തുന്ന പ്രതിസന്ധികളോ ജീവിതപ്രാരാബ്ധങ്ങളോ കുടുംബത്തെ മാത്രമല്ല കുട്ടികളേയും ബാധിക്കുന്നു എന്ന നിരീക്ഷണമുണ്ട്. പരീക്ഷയിൽ ഗ്രേഡോ സ്കോറോ കുറയുമ്പോൾ, അദ്ധ്യാപകരിൽ നിന്ന് അപ്രതീക്ഷിതമായ പ്രതികരണങ്ങൾ ഉണ്ടാകുമ്പോൾ തങ്ങൾ ഉദ്ദേശിച്ച രീതിയിൽ കാര്യങ്ങൾ നടന്നില്ലെങ്കിൽ ആത്മഹത്യവരെ എത്തുന്ന നടപടികൾ കുട്ടികൾക്കിടയിൽ ഇപ്പോൾ സാധാരണമായി വരുന്നു. കുട്ടികളുടെ ലഹരിഉപഭോഗമടക്കമുള്ള ദുഃശീലങ്ങളേയും നാം പരിഗണിക്കേണ്ടതുണ്ട്. ഇവയൊന്നും ആരോഗ്യമുള്ള ഒരു വിദ്യാർത്ഥി സമൂഹത്തിന്റെ ലക്ഷണമല്ല. ഒപ്പം തന്നെ അടിസ്ഥാനപരമായ ഭാഷാശേഷിയും ഗണിതചിന്തയും കുട്ടിക്ക് ആർജ്ജിക്കാനാകുന്നില്ല എന്ന വിമർശനവും നിലനില്ക്കുന്നു. ഇവിടെയെല്ലാം നാം കാണുന്നത് അതാത് സമയത്ത് കുട്ടികളെ കേൾക്കാനും അവരുടെ പഠനപ്രയാസങ്ങൾ തിരിച്ചറിയാനും സഹായിക്കാനും ഉണ്ടാകേണ്ടവർ ഉണ്ടായില്ല എന്ന വിമർശനമാണ്. ഇവിടെയാണ് തന്റെ കുട്ടിയെ നിരന്തരം പിന്തുടരുന്ന അദ്ധ്യാപികയുടെ പ്രസക്തി. കുട്ടികളെ, വിശിഷ്യ അവരുടെ പഠനത്തെ നിരന്തരം നിരീക്ഷിക്കുകയാണ് അദ്ധ്യാപിക ചെയ്യേണ്ടത്. അദ്ധ്യാപികയുടെ നിരീക്ഷണക്കണ്ണ് സ്കൂളിനു പുറത്തേക്ക് കുട്ടികളുടെ വീട്ടിലേക്കും നാട്ടിലേക്കും നീളണം. കുട്ടിയുടെ പഠനശീലങ്ങളെ, അതിനെ സ്വാധീനിക്കുന്ന സാമൂഹിക ശേഷികളെ തുടർച്ചയായി നിരീക്ഷിച്ചു കൊണ്ടിരിക്കണം. കേൾക്കലും ഓർമ്മിക്കലും ആവർത്തിക്കലും എന്നതിൽ നിന്നു മാറി അന്വേഷിക്കലും അപഗ്രഥിക്കലും പ്രയോഗിക്കലും അവതരിപ്പിക്കലും എന്നതിലേക്ക് കുട്ടിയുടെ പഠനശീലം മാറുന്നില്ലേ എന്നതായിരിക്കണം അദ്ധ്യാപകരുടെ നിരീക്ഷണത്തിന്റെ ഉന്നം. പഠനശീലത്തിൽ അനുഗുണമായ മാറ്റം സംഭവിക്കുന്നില്ലെങ്കിൽ അതിന്റെ കാരണങ്ങളിലേക്ക് അദ്ധ്യാപിക തിരിയണം. അത് കേവലം വ്യക്തിപരം മാത്രമാകാൻ സാദ്ധ്യതയില്ല. അതിന് സാമൂഹികവും സാമ്പത്തികവും സാംസ്കാരികവുമായ കാരണങ്ങളുണ്ടാകും. തീർച്ചയായും ടീച്ചറുടെ നിരീക്ഷണവും തുടർന്നു നടത്തുന്ന ഇടപെടലും കുട്ടിയുടെ അന്വേഷണഭാവത്തേയും അനുബന്ധപഠന ശീലങ്ങളേയും ശക്തിപ്പെടുത്തുന്നതും ഉത്തരവാദിത്വമുള്ള പഠിതാവായി മാറാൻ സഹായിക്കുന്നതും ആയിരിക്കണം. കുട്ടികളെ മനസ്സിലാക്കാനും അവരുടെ പഠനപ്രയാസമടക്കമുള്ള ശക്തിദൗർബല്യങ്ങൾ തിരിച്ചറിയാനും സഹായകസംവിധാനമൊരുക്കാനും ഈ അദ്ധ്യാപകപിന്തുണ സഹായകരമാകുന്നു എന്നതാണ് ഇതിന്റെ സവിശേഷത.

ഇവിടെയാണ് സഹിതം എന്ന ഡിജിറ്റൽ പോർട്ടലിലൂടെ ലഭ്യമാക്കുന്ന സ്റ്റുഡന്റ് പ്രൊഫൈൽ നമുക്ക് സഹായകരമായിതീരുന്നത്. അദ്ധ്യാപികയുടെ സഹായത്തിനായുള്ള കൃത്യമായ സൂചകങ്ങളുടെ അടിസ്ഥാനത്തിൽ തയ്യാറാക്കുന്ന കുട്ടികളുടെ വ്യക്തിവിവരരേഖയാണ് സ്റ്റുഡന്റ് പ്രൊഫൈൽ. നിരന്തരമായ മെച്ചപ്പെടുത്തലിലൂടെ കുട്ടിക്ക് പഠനത്തിനും തുടർന്നുള്ള ജീവിതത്തിനും സഹായകരമായിത്തീരുന്ന സമഗ്രവ്യക്തിവികസനരേഖ (Individual Master Plan) യുടെ അടിസ്ഥാനമായി ഇത് മാറും. കുട്ടികളുടെ അടിസ്ഥാന വിവരങ്ങൾ ഇതോടനുബന്ധിച്ച് ചേർത്തിട്ടുണ്ട്. ഒപ്പം തന്നെ സാമൂഹികവും സാംസ്കാരികവും കുടുംബപരവുമായ പശ്ചാത്തലം ഈ രേഖയിൽനിന്ന് വായിച്ചെടുക്കാം. കൂടാതെ കൗമാരകാലത്തും മറ്റും കുട്ടികൾക്ക് ഏറെ പ്രയാസം സൃഷ്ടിക്കുന്ന പെരുമാറ്റവൈകല്യങ്ങൾക്ക് കാരണമായിത്തീരുന്ന ഒരുപാടു ഘടകങ്ങളുണ്ട്. അവയിൽ പ്രധാനമാണ് അതാത് സമയത്ത് ആർജ്ജിക്കേണ്ടതായ അനുഗുണമായ സാമൂഹികശേഷികളുടെ അഭാവം. ഉദാഹരണമായി ശ്രദ്ധയോടെ മറ്റുള്ളവരെ കേൾക്കാനുള്ള കഴിവ്, മറ്റുള്ളവരോടൊത്ത് പ്രവർത്തിക്കാനുള്ള കഴിവ് എന്നിങ്ങനെ. തീർച്ചയായും ഇത്തരത്തിലുള്ള സാമൂഹികശേഷികൾ കുട്ടികൾ നേടുന്നു എന്നുറപ്പുവരുത്തൽ നമ്മുടെ ഉത്തരവാദിത്വമാണ്. അതോടൊപ്പം അടിസ്ഥാനപരമായ ഭാഷാശേഷികളും ഗണിതചിന്തയും തുടർപഠനത്തെ ഏറെ ഗുണപരമായി സ്വാധീനിക്കും. ഇവയോടൊപ്പം ശാസ്ത്രാഭിമുഖ്യം, സാമൂഹികാവബോധം എന്നിവയും തുടർന്നുള്ള പഠനത്തിനും ജീവിതത്തിനും ഏറെ സഹായകരമാണ്. ഈ മേഖലകളിൽ കുട്ടിക്കുണ്ടാവുന്ന വികാസം നിരന്തരമായി നിരീക്ഷിച്ച് അദ്ധ്യാപകർ സഹിതം പോർട്ടലിൽ രേഖപ്പെടുത്തണം.

ഇതിനായി ഓരോ അദ്ധ്യാപകനും മുപ്പതിൽ അധികരിക്കാത്തവിധം കുട്ടികളുടെ ചുമതല വൈയക്തിക ശ്രദ്ധയ്ക്കായി ഏറ്റെടുക്കുന്നു. തുടർച്ചയായ വർഷങ്ങളിൽ ഈ കുട്ടികൾക്ക് പ്രസ്തുത അദ്ധ്യാപകൻ സവിശേഷമായ ശ്രദ്ധയും പിന്തുണയും നല്കണം. ഈ കുട്ടികളുടെ അടിസ്ഥാനവിവരങ്ങൾ സമ്പൂർണ്ണ പോർട്ടലിൽ ലഭ്യമാണ്. ഒപ്പം തന്നെ അതിനപ്പുറമുള്ള സാമൂഹികവും സാംസ്കാരികവുമായ പശ്ചാത്തലവും അദ്ധ്യാപിക ശേഖരിക്കണം. കൃത്യമായ സൂചകങ്ങൾ ഉപയോഗിച്ചാണ് പ്രാഥമികമായ ഈ വിവരശേഖരണം പൂർത്തിയാക്കേണ്ടത്. അടിസ്ഥാന വിവരങ്ങൾ, സാമൂഹികവും സാംസ്കാരികവുമായ പശ്ചാത്തലം, കുടുംബാന്തരീക്ഷം, തനത് ശേഷികൾ, സവിശഷമായ സഹായം ആവശ്യമുള്ള മേഖലകൾ എന്നിങ്ങനെ ടീച്ചർ കുട്ടിക്കായി ഒരുക്കുന്ന പേജ് വികസിച്ചുകൊണ്ടിരിക്കുന്നു. കുട്ടികളുടെ ലക്ഷ്യബോധത്തിനും സാദ്ധ്യതയ്ക്കും അനുസരിച്ച് അദ്ധ്യാപകരുടെയും രക്ഷിതാക്കളുടെയും സഹായത്തോടെ കുട്ടികളുടെ മുൻകൈയിൽ അവരോരോരുത്തർക്കും വേണ്ടി തയ്യാറാക്കുന്ന പഠനപദ്ധതിയാണ് വ്യക്തിഗത സമഗ്ര വികസന

പദ്ധതി (Individual Master Plan). ഇത്തരത്തിലൊരു സമഗ്രവികസന പദ്ധതി തയ്യാറാക്കാൻ ആവശ്യമായ വസ്തുനിഷ്ഠ വിവരങ്ങൾ ഉൾക്കൊള്ളുന്നത് സഹിതം പ്രവർത്തനങ്ങളിലൂടെ തയ്യാറാക്കപ്പെടുന്ന കുട്ടിയുടെ വ്യക്തിവിവരരേഖ (Digital Student profile) മെന്ററിങ് പ്രവർത്തനത്തെ സഹിതം എന്നാണ് അറിയപ്പെടുന്നത്.

7. എഴുത്തുപരീക്ഷ

പരീക്ഷയും പഠനമാകണം എന്ന കാഴ്ചപ്പാടിൽ നമ്മൾ നടത്തിയ ഇടപെടലും ശ്രദ്ധേയമാണ്. വിവിധ അഭിരുചികളും നിലവാരവും ഉള്ള കുട്ടികൾക്ക് നല്കുന്ന ചോദ്യപേപ്പർ അവരിലെ വൈവിദ്ധ്യത്തെ പരിഗണിക്കുന്നില്ല എന്നും ഏകമാനസ്വഭാവമുള്ളതാണ് എന്നും വിമർശനം നിലവിലുണ്ട്. ഇവിടെയാണ് കുട്ടികൾക്ക് തെരഞ്ഞെടുക്കാൻ അവസരം നല്കികൊണ്ട് ചോദ്യപേപ്പറിൽ അധികചോദ്യങ്ങൾ ഉൾപ്പെടുത്തിയത്. ഒപ്പം തന്നെ അവരുടെ സ്വതന്ത്രചിന്തയ്ക്കും സാദ്ധ്യതയ്ക്കും അനുസരിച്ച് ഉത്തരമെഴുതാൻ ചോദ്യമാതൃകകളിലും മാറ്റം നിർദ്ദേശിക്കപ്പെട്ടു. ഉദാഹരണമായി ഗണിതശാസ്ത്രത്തിൽ ഒരു ആശയത്തെക്കുറിച്ചുള്ള ഒരു ചെറു കുറിപ്പ് നല്കിയതിനുശേഷം അത് സംഗ്രഹിച്ച് അതിൽ നിന്നും തനതായ ഒരു ചിന്ത നടത്താൻ കുട്ടികൾക്ക് അവസരം നല്കി. ഇതിൽ ചോദ്യങ്ങൾ ക്രമീകരിച്ചാണ് നല്കിയിരിക്കുന്നത്. അതു കൊണ്ടുതന്നെ കുട്ടികൾക്ക് അവരുടെ സാദ്ധ്യതയ്ക്കനുസരിച്ച് ഉത്തരമെഴുതാനാകും. അത് അവരുടെ ആത്മവിശ്വാസത്തെ നല്ല രീതിയിൽ വർദ്ധിപ്പിക്കും.

ഹയർസെക്കന്ററി വിദ്യാഭ്യാസം മികവിന്റെ പാതയിൽ

കേരളത്തിന്റെ പൊതുവിദ്യാഭ്യാസ മേഖല അതിന്റെ ചരിത്രത്തിലെ സുപ്രധാനമായ ഘട്ടം പിന്നിട്ടുകൊണ്ടിരിക്കുകയാണ്. സാർവ്വത്രികവിദ്യാഭ്യാസം എന്ന ലക്ഷ്യത്തോടൊപ്പം വിദ്യാഭ്യാസരംഗത്തെ തുല്യതയും ഗുണതയും ഉറപ്പാക്കുന്നതിൽ മറ്റ് സംസ്ഥാനങ്ങളെ അപേക്ഷിച്ച് നമ്മൾ ബഹുദൂരം മുന്നിലാണ്. വിദ്യാഭ്യാസസ്ഥാപനങ്ങളുടെ അടിസ്ഥാനസൗകര്യവികസനത്തിൽ വികസിത രാജ്യങ്ങളോട് കിടപിടിക്കുന്ന പ്രവർത്തനങ്ങളാണ് സംസ്ഥാനത്ത് നടന്നുകൊണ്ടിരിക്കുന്നത്. അന്താരാഷ്ട്രനിലവാരത്തിലുള്ള ക്ലാസ് മുറികളും ലബോറട്ടറികളും ലൈബ്രറികളും സാധാരണ നാട്ടിൻപുറത്തെ വിദ്യാലയങ്ങളിൽപോലും ലഭ്യമാകുന്ന നിലയിലേക്ക് പൊതുവിദ്യാഭ്യാസ സംരക്ഷണയജ്ഞം മുന്നേറിക്കൊണ്ടിരിക്കുന്നു. പൊതുവിദ്യാഭ്യാസ മേഖലയിലെ ഈ അത്ഭുതകരമായ മാറ്റത്തിനനുഗുണമായി വിദ്യാഭ്യാസത്തിന്റെ ഗുണനിലവാരം ഉയർത്താനാവശ്യമായ വിവിധങ്ങളായ പദ്ധതികൾ സംസ്ഥാനത്ത് ആസൂത്രണംചെയ്ത് നടപ്പിലാക്കിക്കൊണ്ടിരിക്കുകയാണ്. കൗമാര വിദ്യാഭ്യാസത്തിലെ സുപ്രധാനഘട്ടം എന്ന നിലയിൽ ഹയർസെക്കന്ററി മേഖലയിൽ നിരവധി നൂതനങ്ങളായ പദ്ധതികളാണ് ഇതിന്റെ ഭാഗമായി നടപ്പിലാക്കിക്കൊണ്ടിരിക്കുന്നത്. അദ്ധ്യാപകശാക്തീകരണം, കരിയർ ഗൈഡൻസ് ആന്റ് അഡോളസന്റ് കൗൺസലിങ്, പഠനാനുബന്ധപ്രവർത്തനങ്ങൾ, മൂല്യനിർണ്ണയം തുടങ്ങിയ മേഖലകളിൽ നടത്തിയ പ്രവർത്തനങ്ങളിൽ പലതും ഇതിനകംതന്നെ ദേശീയ അന്തർദ്ദേശീയശ്രദ്ധയിലേക്ക് വന്നുകഴിഞ്ഞു. മാറിയകാലത്തിനനുസൃതമായി അദ്ധ്യാപനത്തിന്റെ സമീപനത്തിലും രീതിശാസ്ത്രത്തിലും നിരന്തരമായ അന്വേഷണങ്ങൾ നടക്കേണ്ടതുണ്ടെന്ന ധാരണയിൽ ആവിഷ്കരിച്ച് നടപ്പിലാക്കിയ പദ്ധതിയാണ്

ഹയർസെക്കന്ററി ടീച്ചർ ട്രാൻസ്ഫോർമേഷൻ പ്രോഗ്രാം. പഠിതാക്കളുടെ മാറിവരുന്ന അഭിരുചികളെ തിരിച്ചറിയാനും അവരിലെ ജ്ഞാനനിർമ്മിതിയുടെ ശേഷി അനുദിനം വികസിപ്പിക്കാനും ഉതകുന്ന തരത്തിൽ അദ്ധ്യാപനത്തിന്റെ ഗുണനിലവാരവും വികസിക്കേണ്ടതുണ്ട്. ഉള്ളടക്കത്തിലും രീതിശാസ്ത്രത്തിലും നിരന്തരമായ അന്വേഷണങ്ങൾ നടത്തിക്കൊണ്ട് മാത്രമേ ഇത് സാദ്ധ്യമാകൂ.

ഹയർസെക്കന്ററി ടീച്ചർ ട്രാൻസ്ഫോർമേഷൻ പ്രോഗ്രാം

ചരിത്രത്തിലാദ്യമായി ഉന്നതവിദ്യാഭ്യാസ മേഖലയുടെ സാദ്ധ്യതകളെ സ്കൂൾ വിദ്യാഭ്യാസത്തിനു പ്രയോജനപ്പെടുത്താനുതകുന്ന മട്ടിൽ ആസൂത്രണംചെയ്ത് നടപ്പിലാക്കിയ അദ്ധ്യാപകശാക്തീകരണ പദ്ധതിയാണിത്. ബിരുദാനന്തരബിരുദ വകുപ്പുകളുള്ള സംസ്ഥാനത്തെ കോളേജുകളും സർവ്വകലാശാലകളും പരിശീലനകേന്ദ്രങ്ങളായി തെരെഞ്ഞെടുത്തുകൊണ്ട് ഹയർസെക്കന്ററി അദ്ധ്യാപകർക്ക് പത്ത് ദിവസം നീണ്ടുനില്ക്കുന്ന പരിശീലന കോഴ്സ് ഇന്ത്യയിൽത്തന്നെ ആദ്യത്തെ അനുഭവമാണ്. അദ്ധ്യാപകരിൽനിന്ന് അപേക്ഷ ക്ഷണിച്ച് അഭിരുചിയുടെയും യോഗ്യതയുടെയും അടിസ്ഥാനത്തിൽ തെരഞ്ഞെടുക്കപ്പെട്ട 1600 പേർക്കാണ് ആദ്യവർഷം കോഴ്സ് നല്കിയത്. ഒരു വിഷയത്തിൽ ഒരു ബാച്ചിൽ നാല്പത് പേർക്കാണ് പ്രവേശനം. ഉന്നതവിദ്യാഭ്യാസ സ്ഥാപനങ്ങളുടെ ലൈബ്രറികളും ലാബുകളും മറ്റ് അടിസ്ഥാന സൗകര്യങ്ങളും പൂർണ്ണമായും ഉപയോഗപ്പെടുത്തി ഡിപ്പാർട്ട്മെന്റ് ഫാക്കൽറ്റികളുടെ നേതൃത്വത്തിലാണ് കോഴ്സ് സംഘടിപ്പിക്കപ്പെടുന്നത്. പത്ത് ദിവസം നീണ്ടുനില്ക്കുന്ന ഈ പരിശീലനാനുഭവം വലിയ മാറ്റമാണ് അദ്ധ്യാപകർക്കിടയിൽ സൃഷ്ടിച്ചത്. വിഷയങ്ങളുടെ ആഴങ്ങളിലേക്കിറങ്ങിച്ചെന്നുള്ള വിശകലനങ്ങളും കൗമാരവിദ്യാഭ്യാസത്തെക്കുറിച്ചുള്ള നൂതനമായ സെഷനുകളും അദ്ധ്യാപകരുടെ ക്രിയേറ്റിവിറ്റി പ്രകടിപ്പിക്കാനും വികസിപ്പിക്കാനുമുതകുന്ന തരത്തിലുള്ള വിവിധങ്ങളായ പ്രോഗ്രാമുകളും ഫീൽഡ് വിസിറ്റും ഉൾപ്പെടെ പുതിയകാലത്തിനിണങ്ങുന്ന മട്ടിലുള്ള പരിശീലന മൊഡ്യൂളുകളാണ് ഇതിനായി തയ്യാറാക്കിയിട്ടുള്ളത്. ലൈബ്രറികളും ലാബുകളും ഉപയോഗിച്ചുള്ള പ്രായോഗികപ്രവർത്തനങ്ങൾ അദ്ധ്യാപകർക്ക് മികച്ച അക്കാദമിക അനുഭവമായിരുന്നു. കോഴ്സിൽ പങ്കെടുത്ത അദ്ധ്യാപകരിൽ ഭൂരിഭാഗവും തങ്ങളുടെ പഠനകാലത്തെപ്പൊഴോ തുടരാനാകാതെപോയ ഗവേഷണപഠനം വീണ്ടും ആരംഭിച്ചിരിക്കുന്നു എന്നത് കോഴ്സിന്റെ ഫലപ്രാപ്തിയെക്കുറിച്ച് വലിയ പ്രതീക്ഷകളാണ് നല്കുന്നത്. മാറിയകാലത്തിനുതകന്ന തരത്തിൽ ഉള്ളടക്കത്തിലും സമീപനത്തിലും പുതിയ ധാരണകൾ സ്വായത്തമാക്കാനും തുടർപഠനവേളയിൽ തങ്ങൾക്ക് അക്കാദമികമായി ആശ്രയിക്കാൻ ഉന്നതവിദ്യാഭ്യാസമേഖലയിൽ ഒരു പഠനവകുപ്പ് ഉണ്ട്

എന്ന ആത്മവിശ്വാസം നേടാനും അദ്ധ്യാപകർക്ക് സാധിച്ചു എന്നത് ചെറിയ കാര്യമല്ല. അദ്ധ്യാപക പരിവർത്തനമെന്ന ലക്ഷ്യം അക്ഷരാർത്ഥത്തിൽ കൈവരിക്കാനുതകുന്ന ഈ കോഴ്സ് വരും വർഷങ്ങളിൽ ഹയർസെക്കന്ററി മേഖലയിൽ വലിയ മാറ്റത്തിനു വഴിതുറക്കുമെന്ന കാര്യത്തിൽ സംശയമില്ല.

സിത്താർ (Students Initiative & Training For Artistic Rejuvenation)

ഓരോ പഠിതാവിനും അവരുടെ അഭിരുചിമേഖലകളിൽ വളർന്നു വരാൻ അവസരമൊരുക്കുക എന്നതാണ് വിദ്യാഭ്യാസത്തിന്റെ പരമമായ ലക്ഷ്യം. ഈ ലക്ഷ്യത്തെ മുൻനിർത്തി ഹയർസെക്കന്ററി വിഭാഗത്തിലെ കരിയർ ഗൈഡൻസ് സെല്ലിന്റെ നേതൃത്വത്തിൽ നടത്തിവരുന്ന വ്യത്യസ്തമായ ഒരു പ്രോഗ്രാമാണ് സിത്താർ. വിവിധമേഖലയിൽ അഭിരുചികളുള്ള കുട്ടികളെ ശാസ്ത്രീയമായ തെരെഞ്ഞെടുപ്പ് രീതിയിലൂടെ കണ്ടെത്തി അവർക്ക് കേരളത്തിനകത്തുള്ള പ്രധാന സ്ഥാപനങ്ങളിൽ അഞ്ചുദിവസത്തെ പഠനാനുഭവങ്ങൾ നല്കി, തുടർന്ന് ഇന്ത്യയിലെ ഏറ്റവും പ്രധാനപ്പെട്ട സ്ഥാപനങ്ങളിലൊന്നിൽ തുടർപരിശീലനത്തിന് അവസരമൊരുക്കുന്നു എന്നതാണ് ഇതിന്റെ പ്രത്യേകത. 2018–19 ൽ ഫോട്ടോഗ്രാഫിയിൽ അഭിരുചിയുള്ള കുട്ടികൾക്ക് ഹൈദരാബാദ് ഐ ഐ ടിയിലെ ഡിപ്പാർട്ട്മെന്റ് ഓഫ് ഡിസൈനിങ്ങിൽ അഞ്ച് ദിവസത്തെ പരിശീലനം നല്കിയത് മികച്ച അനുഭവമായിരുന്നു. മുൻ വർഷങ്ങളിൽ ഫാഷൻ ടെക്നോളജിയിലും അനിമേഷനിലും ഇത്തരത്തിൽ ദേശീയസ്ഥാപനങ്ങളിൽ വെച്ച് പരിശീലനം നല്കിയിരുന്നു. പഠനകാലത്ത് തന്നെ തങ്ങൾക്ക് അഭിരുചിയുള്ള മേഖലകളിൽ മികച്ച അക്കാദമിക അനുഭവം ലഭ്യമാകുന്ന ഈ പ്രോഗ്രാമിൽ പങ്കെടുത്ത ധാരാളം കുട്ടികൾ ഉപരിപഠനത്തിന് ഈ മേഖലതന്നെ തെരഞ്ഞെടുക്കുന്ന നിരവധി അനുഭവങ്ങൾ ഇതിനകം ഉണ്ടായിട്ടുണ്ട്.

ദിശ

ഓരോ പഠിതാവിനും അവർക്ക് താല്പര്യമുള്ള ഉപരിപഠനമേഖലയിലെത്തിച്ചേരാൻ കഴിയുമ്പോഴാണ് പഠനം സാർത്ഥകവും സർഗ്ഗാത്മകവുമാകുന്നത്. ഹയർസെക്കന്ററി പഠനം പൂർത്തീകരിക്കുന്ന കുട്ടികൾ മെഡിക്കൽ എഞ്ചിനീയറിങ് രംഗത്തേക്ക് വ്യാപകമായി കേന്ദ്രീകരിക്കുന്ന പ്രവണത നമ്മുടെ സംസ്ഥാനത്ത് കൂടിവരികയാണ്. പലപ്പോഴും ഇവിടെ പ്രവർത്തിക്കുന്നത് കുട്ടികളുടെ പഠനാഭിരുചി എന്നതിനപ്പുറം രക്ഷിതാക്കളുടെ താല്പര്യമാണ്. താല്പര്യമില്ലാത്ത കുട്ടികളിൽ ഇത് പലപ്പോഴും കടുത്ത നിരാശയും പഠനത്തോടുതന്നെയുള്ള അവമതിപ്പും സൃഷ്ടിക്കുന്നതായാണ് അനുഭവം. ഇതരപഠനമേഖലകളെക്കുറിച്ചുള്ള രക്ഷിതാക്കളുടെയും കുട്ടികളുടെയും അറിവില്ലായ്മ ഇതിനൊരു

പ്രധാനകാരണമാണ്. ഈ അനുഭവത്തിന്റെ അടിസ്ഥാനത്തിൽ, ഹയർ സെക്കന്ററി പഠനത്തിനുശേഷമുള്ള ഉപരിപഠനമേഖലയെക്കുറിച്ച് വിദ്യാർത്ഥികളിലും രക്ഷിതാക്കളിലും അവബോധമുണ്ടാക്കുക എന്ന ലക്ഷ്യത്തോടെ ഹയർസെക്കന്ററി വകുപ്പ് ആവിഷ്കരിച്ച് നടപ്പിലാക്കിയ പദ്ധതിയാണ് ദിശ. ഇന്ത്യക്കകത്തും പുറത്തുമായി ഐ ഐ ടി, ഐസർ ഉൾപ്പടെയുള്ള സുപ്രധാനമായ സർവ്വകലാശാലകളെയും സ്ഥാപനങ്ങളെയും പങ്കെടുപ്പിച്ചുകൊണ്ട് നടത്തുന്ന ഹയർസ്റ്റഡീസ് എക്സ്പോ ഇതിനകം തന്നെ ദേശീയ ശ്രദ്ധ നേടിക്കഴിഞ്ഞ പ്രോഗ്രാമാണ്. സംസ്ഥാന കലോത്സവത്തോടനുബന്ധിച്ച് പ്രത്യേകം തയ്യാറാക്കിയ വേദിയിൽ വെച്ച് നടത്തുന്ന ഈ പരിപാടി ആയിരക്കണക്കിനു രക്ഷിതാക്കളുടെയും കുട്ടികളുടെയും പങ്കാളിത്തം കൊണ്ട് ശ്രദ്ധേയമായിരുന്നു. മുൻ വർഷങ്ങളിൽ ഏതാണ്ട് നാല്പതോളം സർവ്വകലാശാലകളും സ്ഥാപനങ്ങളും 'ദിശ'യുടെ ഭാഗമായിട്ടുണ്ട്. ഓരോ സ്ഥാപനങ്ങളും തങ്ങളുടെ സ്ഥാപനത്തിലെ പഠനകോഴ്സുകളെക്കുറിച്ചുള്ള ഏറ്റവും പുതിയ വിശദാംശങ്ങളാണ് കുട്ടികൾക്കും രക്ഷിതാക്കൾക്കും ലഭ്യമാക്കുന്നത്. ഹയർസെക്കന്ററി വിദ്യാർത്ഥികളുടെ തുടർപഠനത്തിനു വൻ സാദ്ധ്യതകളൊരുക്കുന്ന പരിപാടി എന്ന നിലയിൽ ദിശ വരും വർഷങ്ങളിലും കാലോചിതമായ മാറ്റങ്ങളോടെ തുടരേണ്ടതുണ്ട്.

കരുത്ത്

സ്ത്രീശാക്തീകരണം എന്ന ലക്ഷ്യത്തോടെ ഹയർ സെക്കന്ററി കരിയർ ഗൈഡൻസ് സെൽ ആവിഷ്കരിച്ച് നടപ്പിലാക്കുന്ന പദ്ധതിയാണ് കരുത്ത്. പെൺകുട്ടികൾ കൂടുതലായി പഠിക്കുന്ന സ്കൂളുകൾ തെരഞ്ഞെടുത്ത് അവിടെ ഏതെങ്കിലും ഒരു ആയോധനകലയിൽ പെൺകുട്ടികൾക്ക് പരിശീലനം നല്കുക എന്നതാണ് ഇതിന്റെ ഉള്ളടക്കം. പുതിയകാലത്ത് പെൺകുട്ടികളെ സ്വയം പ്രതിരോധത്തിനു പ്രാപ്തരാക്കുന്ന ഈ പരിപാടി വലിയ ചലനങ്ങളാണ് ഹയർസെക്കന്ററി വിദ്യാഭ്യാസ മേഖലയിൽ സൃഷ്ടിച്ചിട്ടില്ലത്. ആയോധനകലയിൽ പ്രാവീണ്യം നേടുന്ന പെൺകുട്ടികൾ കൂടുതൽ ആത്മവിശ്വാസമുള്ളവരായി സമൂഹത്തിൽ പെരുമാറുന്നതായാണ് അനുഭവം. വരും വർഷങ്ങളിൽ കരുത്ത് കൂടുതൽ സ്കൂളുകളിലേക്ക് വ്യാപിപ്പിക്കേണ്ടതുണ്ട്.

പഠനപിന്നോക്കാവസ്ഥ പരിഹരിക്കുന്നതിനുള്ള പ്രത്യേക പദ്ധതി

വിവിധമേഖലകളിൽ നിലനില്ക്കുന്ന പഠനപിന്നോക്കാവസ്ഥ എന്നത് വിദ്യാഭ്യാസത്തിന്റെ തുല്യനീതി എന്ന ലക്ഷ്യത്തെ അട്ടിമറിക്കുന്നുണ്ട്. സാർവ്വത്രികവിദ്യാഭ്യാസം എന്ന ലക്ഷ്യത്തിലേക്ക് നടന്നടുത്ത കേരളം ഇനി ശ്രദ്ധയൂന്നേണ്ടത് ഗുണനിലവാരത്തിലാണ് എന്ന തിരിച്ചറിവിലാണ്, സംസ്ഥാനത്തെ ഹയർസെക്കന്ററി സ്കൂളുകളിൽ പഠന പിന്നോക്കാവസ്ഥ നിലനില്ക്കുന്ന സ്കൂളുകൾ

കിഫ്ബി ധനസഹായം ഉപയോഗിച്ച് പൂർത്തീകരിച്ച സ്കൂൾ കെട്ടിടങ്ങൾ

കേന്ദ്രീകരിച്ച് പ്രത്യേകമായ പഠനബോധനപ്രവർത്തനങ്ങൾ ഹയർ സെക്കന്ററി വിഭാഗത്തിന്റെ നേതൃത്വത്തിൽ നേരിട്ട് സംഘടിപ്പിക്കുന്നത്. മുൻ വർഷങ്ങളിൽനിന്ന് വ്യത്യസ്തമായി 2018–19 അദ്ധ്യയന വർഷത്തിൽ ഒരു ജില്ലയിൽ ഒരു സ്കൂൾ എന്നരീതിയിൽ പതിനാല് സ്കൂളുകൾ തെരഞ്ഞെടുത്ത് നടത്തിയ ആസൂത്രിതവും സമഗ്രവുമായ അക്കാദമിക പ്രവത്തനങ്ങളുടെ ഭാഗമായി ഈ സ്കൂളുകളിൽ അദ്ധ്യയന നിലവാരം മെച്ചപ്പെടുകയും റിസൽറ്റ് വലിയരീതിയിൽ വർദ്ധിക്കുകയും ചെയ്തു. മുൻ വർഷം ഇത്തരത്തിൽ ഇരുപത് സ്കൂളുകൾ കേന്ദ്രീകരിച്ച് പ്രവർത്തനങ്ങൾ നടത്താൻ കഴിഞ്ഞു. മലയോരത്തും കടലോരത്തും സ്ഥിതിചെയ്യുന്ന ധാരാളം സ്കൂളുകൾ ഈ പദ്ധതിയുടെ ഭാഗമായി മികച്ച രീതിയിലേക്ക് ഉയർന്നുവന്നിട്ടുണ്ട്. ഇത്തരം സ്കൂളുകളുടെ പശ്ചാത്തലസൗകര്യവികസനത്തിനു ഹയർസെക്കന്ററി വകുപ്പിന്റെ പ്ലാൻ ഫണ്ടിൽനിന്ന് തുക അനുവദിക്കുകയും വർഷങ്ങളായി ഇവിടെ നിലവിലുള്ള അദ്ധ്യാപകക്ഷാമം പരിഹരിക്കുകയും ചെയ്തതിന്റെ ഭാഗമായി കൂടുതൽ ആത്മവിശ്വാസത്തോടെ അക്കാദമികപ്രവർത്തനങ്ങൾ ഏറ്റെടുത്ത് നടത്താൻ ഈ സ്കൂളുകൾക്ക് സാദ്ധ്യമാകുന്നുണ്ട്.

എൻ എസ് എസ്

1992–93 ൽ ആണ് ഹയർ സെക്കന്ററി വിഭാഗത്തിൽ എൻ എസ്

എസ് ആരംഭിക്കുന്നത്. ആദ്യഘട്ടത്തിൽ 20 യൂണിറ്റുകൾ മാത്രമാണുണ്ടായത്. നിലവിൽ 1316 സ്കൂളുകളിൽ ഹയർ സെക്കന്ററി വിഭാഗവുമായി ബന്ധപ്പെട്ട് എൻ എസ് എസ് യൂണിറ്റ് പ്രവർത്തിക്കുന്നു. ഒരു തരത്തിൽ പറഞ്ഞാൽ കൗമാരപ്രായക്കാരായ കുട്ടികളുടെ ഏറ്റവും വലിയ സർഗ്ഗാത്മക കൂട്ടായ്മയാണ് എൻ എസ് എസ്. കുട്ടികളിൽ സാമൂഹിക ബോധം വളർത്തുന്നതിൽ ഇത് വഹിക്കുന്ന പങ്ക് നിസ്തുലമാണ്.

സാമൂഹിക പ്രസക്തിയുള്ള നിരവധി പ്രവർത്തനങ്ങൾ എൻ എസ് എസ് യൂണിറ്റുകളുടെ നേതൃത്വത്തിൽ നടക്കുന്നു. 300 ലധികം വീടില്ലാത്തവർക്ക് വീട് വച്ച് നല്കാൻ കഴിഞ്ഞു എന്നത് തന്നെ എൻ എസ് എസിന്റെ പ്രവർത്തന മികവ് കാട്ടുന്നു. കൃഷിയിൽ ഇടപെട്ട് കാർഷികാവബോധം വികസിപ്പിക്കൽ, ലിംഗനീതി ലിംഗതുല്യത എന്നിവയ്ക്കായുള്ള പ്രവർത്തനങ്ങൾ, പരിസ്ഥിതി സംരക്ഷണ പ്രവർത്തനങ്ങൾ, പ്രളയത്തിൽ ദുരിതത്തിൽപ്പെട്ട കുടുംബങ്ങൾക്കായുള്ള ആശ്വാസപ്രവർത്തനങ്ങൾ തുടങ്ങി വൈവിദ്ധ്യമാർന്ന പ്രവർത്തനങ്ങൾ ഏറ്റെടുക്കാൻ എൻ എസ് എസ് യൂണിറ്റുകൾക്ക് കഴിഞ്ഞിട്ടുണ്ട്. കോവിഡ് 19 കാലത്ത് നടത്തിയ ബോധവല്ക്കരണ പ്രവർത്തനങ്ങൾ, മാസ്ക് തയ്യാറാക്കൽ പ്രവർത്തനങ്ങൾ എന്നിവ കുട്ടികളിലുള്ള ആർദ്രതയുടെ ബഹിർസ്ഫുരണങ്ങളായി മാറി. പാലിയേറ്റീവ് പ്രവർത്തനങ്ങൾ ഈ കുട്ടികളിൽ അന്തർല്ലീനമായ മനുഷ്യസ്നേഹത്തിന്റെ പ്രകാശനം കൂടിയാണ്.

സമൂല മാറ്റങ്ങൾക്ക് വിധേയമാകുന്ന വൊക്കേഷണൽ ഹയർസെക്കന്ററി

തൊഴിൽ വിദ്യാഭ്യാസം സമൂലമായി മാറിക്കൊണ്ടിരിക്കുകയാണ്. അതിന്റെ പ്രതിഫലനം കേരളത്തിലെ വൊക്കേഷണൽ ഹയർസെക്കന്ററി മേഖലയിലും ഉണ്ടായിട്ടുണ്ട്. ഹയർസെക്കന്ററി സർട്ടിഫിക്കറ്റിനോടൊപ്പം ദേശീയ അംഗീകാരമുള്ള എൻ എസ് ക്യു എഫ് സർട്ടിഫിക്കറ്റും ലഭിക്കുന്ന തരത്തിൽ കേരളത്തിലെ എല്ലാ ഹയർസെക്കന്ററി സ്കൂളുകളും മാറിയിട്ടുണ്ട്. 2018-19 ൽ 11 ജോബ് റോളുകൾ 66 വിദ്യാലയങ്ങളിലും 2019-20 ൽ 12 ജോബ് റോളുകൾ 101 വിദ്യാലയങ്ങളിലും 2020-21 ൽ 46 ജോബ് റോളുകൾ 389 വിദ്യാലയങ്ങളിലും നടപ്പാക്കാൻ കഴിഞ്ഞിട്ടുണ്ട്.

നാട്ടിലെ പ്രമുഖങ്ങളായ തൊഴിൽശാലകളെക്കൂടി പരിശീലന പങ്കാളികളാക്കിക്കൊണ്ട് നടപ്പാക്കിയ പ്രവർത്തനങ്ങൾ ഇന്ത്യക്ക് തന്നെ പുതിയ അനുഭവതലം പ്രദാനംചെയ്തു. വിദഗ്ദ്ധരുടെ സേവനം, വിദ്യാലയങ്ങളിൽ ഓൺ ദ ജോബ് പരിശീലനങ്ങൾ, ഫീൽഡ് വിസിറ്റുകൾ, അദ്ധ്യാപക പരിശീലനങ്ങൾ, സംരംഭകത്വ വികസന ക്യാമ്പുകൾ തുടങ്ങിയ പ്രവർത്തനങ്ങൾ ഈ പരിപാടിയുടെ ഭാഗമായി നടപ്പാക്കുന്നു. ബി എസ് എൻ എൽ, കെ എസ് ഇ ബി, ഐ ടി ഐ ലിമിറ്റഡ്, അക്ഷയ, കെൽട്രോൺ, കെ ടി ഡി സി, കിൻഫ്രാ ഇന്റർനാഷണൽ അപ്പാരൽ പാർക്ക്, കേരള അഗ്രിക്കൽച്ചറൽ യൂണിവേഴ്സിറ്റി, കെ എൽ ഡി ബി തുടങ്ങിയ വിവിധ ഏജൻസികൾ, വിവിധ സർക്കാർ വകുപ്പുകൾ, പ്രൊഫഷണൽ അസോസിയേഷനുകൾ തുടങ്ങി വിവിധ തൊഴിൽ ദാതാക്കളുടെ സഹായത്തോടുകൂടിയാണ് പ്രവർത്തനങ്ങൾ മുന്നേറുന്നത്.

തൊഴിൽ മേളകൾ

വൊക്കേഷണൽ ഹയർസെക്കന്ററി വിഭാഗം കരിയർ ഗൈഡൻസ് ആന്റ് കൗൺസലിങ് സെല്ലിന്റെ നേതൃത്വത്തിൽ തൊഴിൽ ദായകരേ

യും ഉദ്യോഗാർത്ഥികളേയും ബന്ധിപ്പിച്ച് നടത്തുന്ന തൊഴിൽ മേളകൾ ഉദ്യോഗാർത്ഥികൾക്ക് പ്രയോജനകരമാണ്. ഇത്തരം മേളകളിലൂടെ 5000 ലധികം പേർക്ക് തൊഴിൽ ലഭിച്ചു.

സംരംഭകത്വ വികസന പരിശീലന പദ്ധതി

വൊക്കേഷണൽ ഹയർസെക്കന്ററി വിഭാഗം കരിയർ ഗൈഡൻസ് ആന്റ് കൗൺസലിങ് സെല്ലിലേക്കും സ്റ്റേറ്റ് ഇൻസ്റ്റിറ്റ്യൂട്ട് ഓഫ് എഡ്യുക്കേഷൻ ടെക്നോളജിയുടേയും സംയുക്ത ആഭിമുഖ്യത്തൽ വി എച്ച് എസ് വിദ്യാർത്ഥികൾക്കായി സംരഭകത്വ വികസന പരിശീലന പദ്ധതി ആവിഷ്കരിച്ചു. എൻ എസ് ക്യു എഫ് പാഠ്യപദ്ധതിയിൽ കുട്ടികൾ ആർജ്ജിക്കുന്ന നൈപുണിയോടൊപ്പം സംരഭകത്വ വികസനവും ലക്ഷ്യം വയ്ക്കുന്നു. സ്വയം തൊഴിൽ സംരഭകരാകാനുള്ള അറിവും കഴിവും നൈപുണിയും വികസിപ്പിക്കുകയാണ് ഇതുവഴി ചെയ്യുന്നത്.

ഡിജിറ്റൽ ക്ലാസ്

വൊക്കേഷണൽ ഹയർസെക്കന്ററിയിൽ 'വി എച്ച് എസ് സി വിദ്യാലയം' എന്ന പേരിൽ യുട്യൂബ് വഴി എല്ലാ വിദ്യാർത്ഥികൾക്കും വീഡിയോ ക്ലാസ് ഒരുക്കി. 63 വിഷയങ്ങളിലായി വീഡിയോ ക്ലാസുകൾ തയ്യാറാക്കി. കുട്ടികളെയെല്ലാം ഈ പദ്ധതിയുടെ ഭാഗമാക്കാൻ കഴിഞ്ഞിട്ടുണ്ട്. കോവിഡ് 19 ന്റെ പശ്ചാത്തലത്തിൽ വീടുകളിൽ കഴിയാൻ നിർബ്ബന്ധിതരായ വിദ്യാർത്ഥികളെ സംബന്ധിച്ച് വലിയ അനുഗ്രഹമായി മാറി ഇ - വിദ്യാലയം.

എൻ എസ് എസ്

അർത്ഥവത്തായതും വൈവിദ്ധ്യമാർന്നതുമായ സാമൂഹിക പ്രവർത്തനങ്ങൾ ഏറ്റെടുക്കുവാനും കുട്ടികളിൽ സാമൂഹിക അവബോധം വികസിപ്പിക്കാനുമുള്ള പ്രവർത്തനങ്ങൾ എൻ എസ് എസ് യൂണിറ്റുകളുടെ നേതൃത്വത്തിൽ നടപ്പാക്കാൻ കഴിഞ്ഞിട്ടുണ്ട്. സ്കൂളുകളുടെ സമീപ പ്രദേശങ്ങളിൽ ആരോഗ്യം, ഭക്ഷണം, ജീവിതശൈലി, ജാഗ്രത എന്നിവ പ്രമേയമാക്കി 'നിരാമയ' എന്നപേരിൽ വ്യാപകമായി സായാഹ്ന കുടുംബസദസ്സുകൾ നടത്തുകയുണ്ടായി. പാരിസ്ഥിതിക പ്രത്യാഘാത കാരണങ്ങളിൽ പ്രധാനമായ എൽ ഇ ഡി ബൾബുകൾ വലിച്ചെറിയുന്നത് ഒഴിവാക്കി കേടുപാടുകൾ തീർത്ത് പുനരുപയോഗിക്കുന്നതിനായുള്ള സമ്മർക്യാമ്പുകൾ, സ്കൂൾ സമീപത്തുള്ള വീടുകളിലെ കുടിവെള്ളം ഗുണനിലവാര പരിശോധന നടത്തി വേണ്ട ശുചീകരണ പ്രവർത്തനങ്ങൾക്കാവശ്യമായ നിർദ്ദേശങ്ങൾ നല്കുന്ന ഹരിതഭവനം, തെരഞ്ഞെടുക്കപ്പെട്ട വീടുകളിൽ മാതൃകാപച്ചക്കറിത്തോട്ടം നിർമ്മിക്കുന്ന 'അമ്മയ്ക്കൊരു അടുക്കളത്തോട്ടം' പദ്ധതി. കൗമാരക്കാരെ അഭിലഷണീയ

എൻ എസ് എസ് യൂണിറ്റിന്റെ പ്രവർത്തനങ്ങൾ

മായ ശീലങ്ങൾ തെരഞ്ഞെടുക്കാൻ സഹായിക്കുന്ന 'സോഫ്റ്റ് നെറ്റ്', പ്രളയകാലത്ത് പുനരധിവാസ പ്രവർത്തനങ്ങളുടെ ഭാഗമാകാൻ ആവിഷ്കരിച്ച 'സ്നേഹാർദ്രം', വയോജനങ്ങൾക്ക് സാന്ത്വനത്തിനായി 'വയോമിതം', ലഹരിവിമുക്ത മനോഭാവം വികസിപ്പിക്കാൻ വേണ്ടി 'സാർത്ഥകം', ശോചനീയ നിലയിലുണ്ടായിരുന്ന അങ്കണവാടികൾ, പ്രൈമറി വിദ്യാലയങ്ങൾ, എന്നിവയിൽ ജനകീയ ഇടപെടലിനെ പ്രോത്സാഹിപ്പിക്കുന്ന 'ശ്രേഷ്ഠ ബാല്യം', കോവിഡ് കാലത്ത് ദുരിതമനുഭവിക്കുന്ന കിടപ്പു രോഗികളെ സഹായിക്കാൻ 'സ്നേഹസഞ്ജീവനി' തുടങ്ങി ആകർഷകവും ആത്മാർത്ഥമായതുമായ നിരവധി പ്രവർത്തനങ്ങൾ ഏറ്റെടുത്തു നടത്താൻ എൻ എസ് എസ് യൂണിറ്റിന് കഴിഞ്ഞിട്ടുണ്ട്.

സമഗ്ര ശിക്ഷാ, കേരളം

പൊതു വിദ്യാഭ്യാസ സംരക്ഷണ യജ്ഞം ജനകീയമാക്കുന്നതിന് കേന്ദ്രാവിഷ്കൃത പദ്ധതിയായ സമഗ്ര ശിക്ഷാ, കേരളം മികച്ച പിന്തുണയാണ് നല്കിയത്. സർവ ശിക്ഷാ അഭിയാനും രാഷ്ട്രീയ മാധ്യമിക് ശിക്ഷാ അഭിയാനും സംയോജിപ്പിച്ച് പുതിയ പദ്ധതിയായ സമഗ്ര ശിക്ഷാ കേരളത്തിന് രൂപം നല്കിയിട്ട് ഏതാണ്ട് രണ്ടു വർഷമാകുന്നു. മൈനസ് ടു മുതൽ പ്ലസ് ടു വരെയുള്ള തലങ്ങളെ ഏകോപിപ്പിച്ച് വിപുലമായ നിർവ്വഹണ പ്രവർത്തനങ്ങൾക്ക് നേതൃത്വം നല്കാൻ സമഗ്ര ശിക്ഷാ കേരളയ്ക്ക് സാധിച്ചിട്ടുണ്ട്. 168 ബ്ലോക്ക് റിസോഴ്സ് സെന്ററുകളെയും (ബി ആർ സി) 1385 ക്ലസ്റ്റർ റിസോഴ്സ് സെന്ററുകളെയും (സി ആർ സി) ശാക്തീകരിച്ചുകൊണ്ടു വികേന്ദ്രീകൃതമായ രീതിയിൽ പദ്ധതികൾ നടപ്പാക്കാൻ കഴിഞ്ഞു എന്നത് ഇക്കാലയളവിലെ വലിയ നേട്ടമാണ്. സാർവ്വത്രിക വിദ്യാലയ പ്രവേശം, സർവ്വരേയും നിലനിർത്തൽ, ഗുണനിലവാരം കൈവരിക്കൽ എന്നീ അടിസ്ഥാന ആശയങ്ങൾ പൊതു വിദ്യാഭ്യാസ മേഖലയിൽ സാക്ഷാൽക്കരിക്കുന്നതിന് ഒട്ടേറെ പരിപാടികൾക്കാണ് സമഗ്ര ശിക്ഷാ കേരളം നേതൃത്വം വഹിച്ചത്.

വിദ്യാഭ്യാസ അവകാശ നിയമത്തിന്റെ ഭാഗമായി സൗജന്യപാഠപുസ്തകങ്ങളും യൂണിഫോമും എട്ടാം ക്ലാസ് വരെയുള്ള വിദ്യാർത്ഥികൾക്ക് കൃത്യതയോടെ സമഗ്ര ശിക്ഷാ കേരളയിലൂടെ നല്കാനായിട്ടുണ്ട്. സാമ്പത്തികമായും സാമൂഹികമായി പിന്നോക്കാവസ്ഥമൂലം സ്കൂളിൽ ചേരാതെയോ ചേർന്നിട്ടും പഠനം തുടരാതെയോ നില്ക്കുന്ന കുട്ടികളെ സർവ്വേയിലൂടെ കണ്ടെത്തി സ്കൂളിലെത്തിക്കാൻ നടത്തിയ

പ്രവർത്തനങ്ങൾ ശ്രദ്ധേയമായിരുന്നു. ആദിവാസി മേഖലകളിലെ കുട്ടികൾക്കായി പ്രത്യേക ഹോസ്റ്റൽ സൗകര്യം ഏർപ്പെടുത്തി പഠനം മുടങ്ങാതിരിക്കാനുള്ള ക്രമീകരണം നടത്തുകയുണ്ടായി. അഞ്ചു ജില്ലകളിലായി ആറ് ഹോസ്റ്റലുകൾ ഈ കുട്ടികൾക്കായി നിലവിൽ പ്രവർത്തിക്കുന്നു. അടിസ്ഥാനസൗകര്യവികസനത്തിന്റെ ഭാഗമായി പെൺകുട്ടികൾക്കും ആൺകുട്ടികൾക്കും ശുചിമുറികൾ, ഭിന്നശേഷി സൗഹൃദ ശുചിമുറികൾ, മേജർ റിപ്പയർ വർക്കുകൾ, എലിമെന്ററി സ്കൂളുകളിൽ സോളാർ പാനൽ സ്ഥാപിക്കുന്നതിനുള്ള പ്രവർത്തനങ്ങൾ, അധിക ക്ലാസ്മുറികളുടെ നിർമ്മാണം എന്നിവ കാര്യക്ഷമമായി സിവിൽ വർക്കിന്റെ ഭാഗമായി നടപ്പാക്കിയിട്ടുണ്ട്. കൂടാതെ ഭൗതിക സൗകര്യവികാസത്തിനും അക്കാദമിക പ്രവർത്തനങ്ങൾക്കുമായി ഓരോ സർക്കാർ വിദ്യാലയത്തിനും, കുട്ടികളുടെ എണ്ണത്തിനനുസരിച്ച് കോമ്പോസിറ്റ് സ്കൂൾ ഗ്രാന്റ് നല്കുകയും മികച്ച പഠനാന്തരീക്ഷവും ഭൗതികപരിസരവും സൃഷ്ടിക്കുന്നതിനുള്ള സാഹചര്യം സ്കൂളുകളിൽ ഒരുക്കുകയും ചെയ്തിട്ടുണ്ട്.

വിദ്യാഭ്യാസരംഗത്തെ രണ്ടാംതലമുറ പ്രശ്നങ്ങളായ തുല്യത, അവസര സമത്വം, ഗുണത എന്നിവ ഉറപ്പാക്കുന്നതിന് ഒട്ടേറെ പ്രവർത്തനങ്ങളാണ് സമഗ്ര ശിക്ഷാ കേരളം ഏറ്റെടുത്തത്. വിദ്യാലയം തന്നെ പാഠപുസ്തകമായി മാറിയ ഇക്കാലയളവിൽ വ്യത്യസ്ത അനുഭവതലം ഒരുക്കുന്നതിനും അക്കാദമിക പിന്തുണ നല്കുന്നതിനുമായി നടപ്പാക്കിയ കർമ്മ പരിപാടികൾക്ക് വലിയ സമൂഹ പിന്തുണ ലഭിക്കുകയുണ്ടായി. ഭാഷാബോധനത്തിലെ കേരളീയ മാതൃകയായിരുന്നു മലയാളത്തിളക്കം എന്ന പദ്ധതി. കഥകൾ, പാട്ടുകൾ, ഹ്രസ്വചിത്രങ്ങൾ എന്നിവയിലൂടെ വൈകാരികമായി സ്പർശിക്കുന്ന പാഠരൂപീകരണങ്ങൾ തയാറാക്കി അടിസ്ഥാനഭാഷാ ശേഷി ഉറപ്പാക്കിയ ഈ പദ്ധതി ഏറെ ശ്രദ്ധേയമായി മാറി. മറ്റ് വിഷയങ്ങളിലേക്കുകൂടി വ്യാപിപ്പിച്ച് സവിശേഷ പഠനപരിപാടിയാക്കി മാറ്റാൻ സമഗ്ര ശിക്ഷാ കേരളയ്ക്ക് സാധിച്ചു. അടിസ്ഥാന ഭാഷാശേഷിയില്ലാത്ത ഒരു കുട്ടിയും കേരളത്തിലുണ്ടാവില്ല എന്നുറപ്പുവരുത്തുന്ന ഈ പരിപാടിയിലൂടെ കടന്നുപോയവരുടെ വിജയഗാഥ പഠനോത്സവത്തിൽ നേർക്കാഴ്ചയായി മാറുകയും ചെയ്തു. അടിസ്ഥാന ഗണിതശേഷി ഉയർത്തുന്നതിനുള്ള ഗണിതവിജയം, ശാസ്ത്രം-സാമൂഹ്യശാസ്ത്ര അഭിരുചി വളർത്തുന്നതിനുള്ള പ്രത്യേക ഇടപെടൽ, ഉല്ലാസഗണിതംപോലെ സമൂഹം ഏറ്റെടുത്ത പരിപോഷണ പരിപാടികൾക്കെല്ലാം നല്ല അഭിപ്രായമാണ് ലഭിച്ചത്. സമഗ്ര ശിക്ഷാ കേരളവും കേരള ഡെലപ്മെന്റ് ആന്റ് ഇന്നൊവേഷൻ സ്ട്രാറ്റജിക് കൗൺസിലും (KDISC) ചേർന്ന് നടപ്പാക്കിയ ഗണിതോത്സവം പുതിയ മാതൃക സൃഷ്ടി

കെ എൻ പണിക്കരുമൊത്ത് പ്രൊഫ. സി രവീന്ദ്രനാഥും സ്കൂൾ വിദ്യാർത്ഥികളും

ക്കുകയുണ്ടായി. സംസ്ഥാനത്തെ പഞ്ചായത്തുകളിൽ ഓരോ കേന്ദ്രത്തിലും മുനിസിപ്പാലിറ്റികളിലും കോർപ്പറേഷനുകളിലുമായി യഥാക്രമം രണ്ടും മൂന്നും കേന്ദ്രങ്ങളിൽ നടത്തിയ ഗണിതോത്സവം വൻ ജനപങ്കാളിത്തംകൊണ്ട് ശ്രദ്ധേയമായി. ഓരോ കേന്ദ്രത്തിലും നൂറിലധികം കുട്ടികളും രക്ഷിതാക്കളും പതിനഞ്ചോളം വരുന്ന അദ്ധ്യാപകരും പങ്കെടുത്ത, നിത്യജീവിതത്തിലെ ഗണിതാനുഭവങ്ങളെ അവതരിപ്പിക്കാനുള്ള ഈ ആഘോഷവേദിക്ക് വലിയ മാധ്യമശ്രദ്ധ ലഭിക്കുകയുമുണ്ടായി.

ഭാഷാശേഷി വളർത്തുന്നതിനോടൊപ്പം എല്ലാ കുട്ടികളെയും സ്വതന്ത്ര വായനക്കാരാക്കാനുള്ള പരിപാടിയും ഏറെ ശ്രദ്ധിക്കപ്പെട്ട ചുവടുവയ്പ്പായിരുന്നു. അടിസ്ഥാനശേഷി ഉറപ്പാക്കുന്നതിന് നടത്തിയ പ്രവർത്തനങ്ങളിൽ രക്ഷിതാക്കളും സമൂഹവും പങ്കാളികളായതുപോലെ വായനയുടെ വസന്തം തീർക്കുന്ന പുതിയ സംസ്കാരത്തെ നാടാകെ പിന്തുണയ്ക്കുന്ന കാഴ്ചയാണ് ഇതിലൂടെ കണ്ടത്. നല്ല വായന, നല്ല പഠനം, നല്ല ജീവിതം എന്നീ പേരിൽ കുട്ടികളെ മികച്ച വായനക്കാരാക്കി മാറ്റുന്നതിനുള്ള വിവിധങ്ങളായ പ്രവർത്തനങ്ങൾ വിദ്യാലയങ്ങളിൽ ആരംഭിച്ചു. വിദ്യാലയ പുസ്തകാലയങ്ങളെ സമ്പന്നമാക്കിക്കൊണ്ട് ഒട്ടേറെ വൈജ്ഞാനിക ഗ്രന്ഥങ്ങളും റഫറൻസ് രേഖകളും നോവലും കഥകളും കവിതാസമാഹരവും നല്കുവാൻ പൊതുസമൂഹം തയ്യാറാകുന്ന അനുഭവം ഇതിലൂടെ ലഭിച്ചു. ഇവിടെ നിന്നാണ് പുസ്തകവണ്ടി എന്ന ആശയത്തിന് എസ് എസ് കെ രൂപം നല്കിയത്. കുട്ടികളിൽ അറിവിന്റെ, വായനയുടെ പുതുചരിത്രം രചിച്ച പുസ്തകവണ്ടി വേറിട്ട അനുഭവമായിരുന്നു. പുസ്തകവണ്ടി എത്തിയ വിദ്യാലയങ്ങളിൽ രക്ഷിതാക്കളുടെ യോഗം ചേർന്ന് വിവിധ വായനാ പ്രവർത്തനങ്ങൾ നടത്തു

കയുണ്ടായി. അമ്മ വായന, കുഞ്ഞുവായന എന്നിങ്ങനെ പുതുമയാർന്ന ഈ വായനാപ്രവർത്തനങ്ങളിൽ വൻ ജനപങ്കാളിത്തമാണുണ്ടായത്.

സമഗ്രമായ ഒരു വായനാസംസ്കാരം വളർത്തിയെടുക്കാൻ കഴിഞ്ഞു എന്നത് വലിയ മാറ്റമായിരുന്നു. മുഴുവൻ സ്കൂളുകളിലും ക്ലാസ് ലൈബ്രറികൾ യാഥാർത്ഥ്യമാക്കാനും ഇതിനാവശ്യമായ പിന്തുണ നല്കാനും സമഗ്ര ശിക്ഷാ കേരളം വലിയ ഇടപെടൽ നടത്തുകയുണ്ടായി. വിവിധ കാരണങ്ങളാൽ പാർശ്വവല്ക്കരിക്കപ്പെട്ട കുട്ടികളുടെ ആത്മവിശ്വാസം വളർത്തുന്നതിനും കഴിവുകൾ കണ്ടെത്തി വികസിപ്പിക്കുന്നതിനുമായി ആരംഭിച്ച പ്രാദേശിക പ്രതിഭാകേന്ദ്രങ്ങൾ പുതുമയാർന്ന അനുഭവ പരിസരത്തിന് വഴിയൊരുക്കി. ഒരു പഞ്ചായത്തിൽ ഒന്ന് എന്ന നിലയിൽ പ്രവർത്തിക്കുന്ന ഈ കേന്ദ്രം കുട്ടികളുടെ ജനാധിപത്യവേദിയായും പ്രതിഭാപോഷണത്തിനും സാംസ്കാരിക പഠനത്തിനുമുള്ള ഇടമായി മാറുകയും ചെയ്തു. ആദിവാസി മേഖലയിൽ ആരംഭിച്ച ഊരുവിദ്യാകേന്ദ്രങ്ങളും ശ്രദ്ധേയമായ സാന്നിദ്ധ്യമായി മാറി. ഇവിടെനിന്നുള്ള കുട്ടികൾക്ക് ഗോത്രഭാഷയിൽ തന്നെ പഠനം നടത്തുന്നതിന് പ്രത്യേകപുസ്തകം തയ്യാറാക്കുകയും മെന്റർ ടീച്ചർമാരെ നിയോഗിച്ച് പുതിയ പഠനാന്തരീക്ഷം സൃഷ്ടിക്കുകയും ചെയ്ത പദ്ധതി എടുത്തുപറയേണ്ട ഒന്നാണ്. വിദ്യാലയം പ്രതിഭകളിലേക്ക് എന്ന പരിപാടി വിജയകരമാക്കി മാറ്റിയത് സി ആർ സി കളാണ്. പരിസരത്തുള്ള പ്രതിഭകളെ കാണാനും അവരുടെ അനുഭവസമ്പത്ത് പകർന്നെടുക്കാനും നടത്തിയ ഈ പ്രവർത്തനം കുട്ടികളിൽ വലിയ ആവേശമാണ് സൃഷ്ടിച്ചത്.

നമ്മുടെ വിദ്യാലയങ്ങൾ ഇന്ന് ഭിന്നശേഷിസൗഹൃദമായി മാറിക്കഴിഞ്ഞിട്ടുണ്ട്. ഇതിനായി സമഗ്ര ശിക്ഷാ കേരളം ഒട്ടേറെ പിന്തുണാ പ്രവർത്തനങ്ങൾക്കാണ് നേതൃത്വം വഹിച്ചത്. സർവ്വേയിലൂടെ ഭിന്നശേഷി കുട്ടികളെ കണ്ടെത്തുന്നതു മുതൽ, മെഡിക്കൽ ക്യാമ്പുകളും ഉപകരണവിതരണവും റിസോഴ്സ് അദ്ധ്യാപകരുടെ സേവനവും കൃത്യതയോടെ ഇക്കാലയളവിൽ നല്കാൻ കഴിഞ്ഞിട്ടുണ്ട്. ഗൃഹാധിഷ്ഠിത വിദ്യാഭ്യാസം, പരിഹാര ബോധനം, രക്ഷാകർത്തൃബോധവല്ക്കരണം തുടങ്ങി പ്രത്യേക പദ്ധതികളും നടപ്പിലാക്കാനായിട്ടുണ്ട്. ബി ആർ സി തലത്തിൽ പ്രവർത്തിക്കുന്ന ഓട്ടിസം സെന്ററുകളും മൾട്ടിസെൻസറി പാർക്കുകളും ഭിന്നശേഷി കുട്ടികൾക്കുള്ള വലിയ കരുതലായി.

സർക്കാർ പ്രീ-സ്കൂൾ ശക്തിപ്പെടുത്തുന്നതിന് ക്ലസ്റ്റർ അധിഷ്ഠിത പ്രീ-സ്കൂൾ എന്ന ആശയം സമ്പൂർണ്ണമായി നടപ്പാക്കിയത് കേരളത്തിലാണ്. അങ്കണവാടികളെക്കൂടി സംയോജിപ്പിച്ചുകൊണ്ട് പ്രീ-സ്കൂളുകളിൽ ആകർഷകമായ പ്രവർത്തനമൂലകളാണ് സജ്ജമാക്കിയത്. ഇംഗ്ലീഷ് ഭാഷാപ്രാവീണ്യം വളർത്തുന്നതിനുവേണ്ടി നടപ്പിലാക്കിയ

ശ്രീമതി സുഗതകുമാരിയുമൊത്ത് പ്രൊഫ. സി രവീന്ദ്രനാഥും സ്കൂൾ വിദ്യാർത്ഥികളും

'ഹലോ ഇംഗ്ലീഷ്' വലിയ ശ്രദ്ധ നേടുകയും ടാലന്റ് ലാബ്, ജൈവവൈവിദ്ധ്യ ഉദ്യാനം എന്നിവയിലൂടെ പുതിയ അനുഭവം പകർന്നു നല്കാനും കഴിഞ്ഞു. ഇന്ത്യൻ ഇൻസ്റ്റിറ്റ്യൂട്ട് ഓഫ് സയൻസ് എഡ്യുക്കേഷൻ ആന്റ് റിസർച്ച് (ഐസർ, തിരുവനന്തപുരം) എന്ന ഗവേഷണ സ്ഥാപനവുമായി ചേർന്ന് ഹയർ സെക്കന്ററി വിദ്യാർത്ഥികൾക്കായി സംഘടിപ്പിച്ച ശാസ്ത്രപഥം ഏറെ ശ്രദ്ധിക്കപ്പെട്ടു. രസതന്ത്രം, ഭൗതികശാസ്ത്രം, ഗണിതം, ജീവശാസ്ത്രം തുടങ്ങിയ വിഷയങ്ങളിൽ ഐ ഐ ടി കളിൽ നിന്നുള്ള അദ്ധ്യാപകരുടെ ക്ലാസ് ഉൾപ്പെടെയുള്ള പ്രായോഗിക അവസരമാണ് കുട്ടികൾക്ക് ലഭിച്ചത്. ശാസ്ത്രാവബോധം വളർത്തുന്നതിനും ശാസ്ത്രമേഖലയിലെ വിസ്മയങ്ങളെ അടുത്തറിയാനും ഉന്നതവിദ്യാഭ്യാസത്തിലെ അവസരങ്ങൾ അനുഭവവേദ്യമാക്കാനും പൊതുവിദ്യാലയങ്ങളിലെ കുട്ടികൾക്ക് അവസരമൊരുക്കിയത് അഭിനന്ദനാർഹമാണ്.

പ്രതിസന്ധിയുടെ ഘട്ടങ്ങളിൽ വലിയ കൈതാങ്ങായി നിലകൊണ്ട പ്രസ്ഥാനമാണ് സമഗ്ര ശിക്ഷാ കേരളം. പ്രളയത്തിൽ എല്ലാം നഷ്ടപ്പെട്ട കുരുന്നുകൾക്ക് പുസ്തകം എത്തിക്കുന്നതിനും വിദ്യാലയങ്ങൾക്ക് നഷ്ടമായത് വീണ്ടെടുക്കുന്നതിന് സഹായിക്കുന്നതിനും വലിയ പങ്കാണ് എസ് എസ് കെ നിർവ്വഹിച്ചത്. ബി ആർ സികളും സി ആർ സികളും ഏറെ ജാഗ്രതയോടെയാണ് പുതു അന്തരീക്ഷം തിരികെ പിടിച്ചത്. ട്രെയിനർമാർ, റിസോഴ്സ് അദ്ധ്യാപകർ (സ്പെഷ്യൽ എഡ്യൂക്കേറ്റർമാർ), സ്പെഷ്യലിസ്റ്റ് അദ്ധ്യാപകർ, ക്ലസ്റ്റർ കോ-ഓർഡിനേറ്റർമാർ എന്നിങ്ങനെ മുഴുവൻ വിഭവവും പൊതുവിദ്യാഭ്യാസത്തെ നവീകരിക്കുന്നതിനായി ഈ ഘട്ടത്തിൽ ലഭിച്ചിട്ടുണ്ട്. കോവിഡിന്റെ കാലഘട്ടത്തിൽ ഓൺലൈൻ പഠനം സാദ്ധ്യമാക്കുന്നതിന് സാങ്കേതിക ഉപകരണങ്ങൾ നല്കി എല്ലാ ക്രമീകരണവും നടത്തുന്നതിന് ശ്ലാഘനീയമായ പങ്കുവഹിച്ചതും ഓർമ്മി

ക്കുകയാണ്. സാമ്പ്രദായികമായ ഒരു പ്രോജക്ടിൽനിന്നും മാറി പൊതു വിദ്യാഭ്യാസ സംരക്ഷണയജ്ഞത്തെ കരുത്തുറ്റതാക്കി മാറ്റിയ ഒട്ടേറെ തനതു പരിപാടികൾകൊണ്ട് ശ്രദ്ധേയമായിരുന്നു സമഗ്ര ശിക്ഷാ കേരളം പദ്ധതി. നീതി ആയോഗിന്റെ വിലയിരുത്തലിൽ കേരളത്തിന് ലഭിച്ച അംഗീകാരം ഈ പദ്ധതിയുടെ വിജയകരമായ നടത്തിപ്പുകൂടി സാക്ഷ്യപ്പെടുത്തുന്നതാണ്. പൊതു വിദ്യാലയങ്ങളിൽ മാത്രമല്ല സമൂഹത്തിലും ഈ സ്ഥാപനം വ്യത്യസ്തവും വൈവിദ്ധ്യവുമായ പരിപാടികളിലൂടെ അടയാളപ്പെടുത്തുന്ന അനുഭവമായിരുന്നു ഈ കാലഘട്ടത്തിൽ ദൃശ്യമായത്.

കൈറ്റ്
പൊതുവിദ്യാഭ്യാസത്തിന്റെ ഡിജിറ്റൽ കുതിപ്പ്

പൊതുവിദ്യാഭ്യാസ മേഖലയിലെ അക്കാദമിക ചട്ടക്കൂട്ടിനുള്ളിൽ സാങ്കേതിക സഹായക സംവിധാനങ്ങൾ കെട്ടിപ്പടുത്തുകൊണ്ട് കേരളം ലോകത്തിന് നല്കിയ മാതൃകയാണ് പൊതുവിദ്യാഭ്യാസ സംരക്ഷണ യജ്ഞത്തിന്റെ ഭാഗമായി കേരള ഇൻഫ്രാസ്ട്രക്ചർ ആന്റ് ടെക്നോളജി ഫോർ എഡ്യൂക്കേഷന്റെ (കൈറ്റ്) നേതൃത്വത്തിൽ നടപ്പാക്കിയ നമ്മുടെ ഹൈടെക് സ്കൂൾ, ഹൈടെക് ലാബ് പദ്ധതികൾ. ലോകമെമ്പാടും കോവിഡ് 19 മഹാമാരിക്കാലത്തു വിദ്യാഭ്യാസം തടസ്സപ്പെടുമ്പോൾ കേരളത്തിൽ പരിമിതമായ തോതിലാണെങ്കിൽ പോലും സ്കൂൾ വിദ്യാഭ്യാസ വിടവ് നികത്തി ഡിജിറ്റൽ വിദ്യാഭ്യാസം പരമാവധി വിദ്യാർത്ഥികളിൽ എത്തിക്കാൻ നമ്മുടെ പൊതുവിദ്യാഭ്യാസ വകുപ്പിന് കഴിഞ്ഞു. ഇതിന് സഹായകമായത് വിദ്യാഭ്യാസ മേഖലയിൽ സാങ്കേതികവിദ്യ ഉയോഗിച്ച് നാം നടത്തിയ വലിയ മുന്നേറ്റങ്ങളാണ് എന്നതിൽ തർക്കമില്ല. 6000 ലധികം ഡിജിറ്റൽ ക്ലാസുകളാണ് കൈറ്റ് വിക്ടേഴ്സ് വഴി ജൂൺ 1 മുതൽ സംപ്രേഷണം ചെയ്തിട്ടുള്ളത്.

ഹൈടെക് സ്കൂൾ ഹൈടെക് ലാബ് പദ്ധതികൾ

2018 ജനുവരി 21 നാണ് പൊതുവിദ്യാഭ്യാസ സംരക്ഷണയജ്ഞത്തിന്റെ ഭാഗമായി കൈറ്റിന്റെ നേതൃത്വത്തിൽ 8 മുതൽ 12 വരെ ക്ലാസുകളിലെ 45,000 ക്ലാസ് മുറികൾ ഹൈടെക്കാക്കുന്ന ഹൈടെക് സ്കൂൾ പദ്ധതിയുടേയും ലിറ്റിൽ കൈറ്റ്സ് ഐ ടി ക്ലബ്ബുകളുടേയും ഉദ്ഘാടനം കേരള മുഖ്യമന്ത്രി നിർവ്വഹിച്ചത്. ഇതിന്റെ ഭാഗമായി മുഴുവൻ അദ്ധ്യാപകർക്കും സാങ്കേതിക വിദ്യാ പരിശീലനം നല്കി. സാങ്കേതിക വിദ്യകൾ ക്ലാസ്മുറികളിൽ ഫലപ്രദമായി ഉപയോഗിക്കുന്നതിന്

തയ്യാറാക്കിയ 'സമഗ്ര' വിഭവ പോർട്ടൽ 2018 മെയ് 31 ന് ബഹു. മുഖ്യമന്ത്രി ഉദ്ഘാടനം ചെയ്തു. 2018–19 അദ്ധ്യയനവർഷംതന്നെ ഈ പദ്ധതി സർക്കാർ എയ്ഡഡ് മേഖലയിലെ 4752 സ്കൂളുകളിൽ പൂർത്തിയാക്കുകയുണ്ടായി.

1 മുതൽ 7 വരെ ക്ലാസുകളിൽ ഹൈടെക് ലാബുകൾ സ്ഥാപിക്കുന്നതിനുള്ള പൈലറ്റ് പ്രവർത്തനങ്ങൾ 2017 ൽത്തന്നെ 189 സ്കൂളുകളിൽ കൈറ്റ് നടത്തുകയുണ്ടായി. ഇതേത്തുടർന്ന് 2018–19 ലെ ബജറ്റ് പ്രസംഗത്തിൽ 11,275 ഹൈടെക് ലാബുകൾ സ്ഥാപിക്കുന്ന പദ്ധതി കിഫ്ബി ധനസഹായത്തോടെ പ്രഖ്യാപിക്കുകയും 2019 ജൂലൈ 5 ന് ബഹു. മുഖ്യമന്ത്രി ഉദ്ഘാടനം ചെയ്യുകയുമുണ്ടായി.

ഈ രണ്ടു പദ്ധതികളും ഇടത് സർക്കാരിന്റെ കാലാവധിയിൽ പൂർത്തിയാക്കി വിദ്യാഭ്യാസ രംഗത്ത് കേരളം ഇന്ത്യയിലെ ആദ്യത്തെ സമ്പൂർണ്ണ ഡിജിറ്റൽ സംസ്ഥാനമായി മാറിയതായി ബഹുമാനപ്പെട്ട കേരള മുഖ്യമന്ത്രി ശ്രീ പിണറായി വിജയൻ വീഡിയോ കോൺഫറൻസിലൂടെ 2020 ഒക്ടോബർ 12 ന് പ്രഖ്യാപിക്കുകയുണ്ടായി.

സ്കൂളുകളിലെ ഐ ടി വിന്യാസം, പരിശീലനം

ഹൈടെക് സ്കൂൾ, ഹൈടെക് ലാബ് പദ്ധതികളുടെ ഭാഗമായി നമ്മുടെ ഒന്നു മുതൽ പന്ത്രണ്ടുവരെ ക്ലാസുകളുള്ള 16027 സർക്കാർ എയ്ഡഡ് സ്കൂളുകളിൽ 374274 ഉപകരണങ്ങൾ വിന്യസിച്ചു. 1,19,055 ലാപ്ടോപ്പുകൾ, 69,944 മൾട്ടിമീഡിയ പ്രോജക്ടറുകൾ, 1,00,473 യു എസ് ബി സ്പീക്കറുകൾ, 43,250 മൗണ്ടിങ് കിറ്റുകൾ, 23,098 സ്ക്രീൻ, 4545 ടെലിവിഷൻ, 4611 മൾട്ടിഫങ്ഷൻ പ്രിന്റർ, 4720 എച്ച് ഡി വെബ്ക്യാം, 4578 ഡി എസ് എൽ ആർ ക്യാമറ എന്നീ ഉപകരണങ്ങളാണ് നമ്മുടെ പൊതു വിദ്യാലയത്തിൽ എത്തിയത്. ഇതിനുപുറമെ 12,678 സ്കൂളുകളിൽ ബ്രോഡ്ബാൻഡ് ഇന്റർനെറ്റ് സൗകര്യം ലഭ്യമാക്കി. ഇന്ത്യയിൽ എന്നല്ല ലോകത്ത് തന്നെ വിദ്യാഭ്യാസ മേഖലയിൽ ഒരു നിശ്ചിത വിസ്തൃതിക്കകത്ത് ഇപ്രകാരം 16027 സ്കൂൾ യൂണിറ്റുകളിലായി (ലോവർ പ്രൈമറി, അപ്പർ പ്രൈമറി, ഹൈസ്കൂൾ, ഹയർ സെക്കന്ററി യൂണിറ്റുകൾ) 41.01 ലക്ഷം കുട്ടികൾക്ക് പ്രയോജനപ്പെടുംവിധം നാം നടത്തുന്ന ഐ ടി വിദ്യാഭ്യാസം ഏറ്റവും ബൃഹത്തായതായിരിക്കും എന്നാണ് കരുതുന്നത്. കേരളത്തിലെ മുഴുവൻ സർക്കാർ എയ്ഡഡ് വിദ്യാലയങ്ങളും കുട്ടികളും ഇതിന്റെ ഗുണഭോക്താക്കളാണ്.

ഡിജിറ്റൽ സംവിധാനങ്ങൾ വിദ്യാഭ്യാസ രംഗത്ത് പ്രയോജനപ്പെടുത്തുന്ന നമ്മുടെ ഇടപെടലും സമീപനവും ലോകമാകെ ശ്രദ്ധിക്കപ്പെടുന്നത് അതിന്റെ സമഗ്രതയിലൂന്നിയുള്ള നിർവ്വഹണ രീതികൊണ്ടാണ്. കേവലം ഉപകരണ വിന്യാസത്തിലുപരിയായി മുഴുവൻ അദ്ധ്യാപകരെയും ശാക്തീകരിച്ചു. 1,83,440 അദ്ധ്യാപകർക്കാണ് പദ്ധതിയുടെ ഭാഗമായി പ്രത്യേക ഐ സി ടി പരിശീലനം നല്കിയി

ഹൈടെക് ക്ലാസ് റൂം

ട്ടുള്ളത്. ഇന്ത്യയിൽ ആദ്യമായാണ് എല്ലാ ഐ ടി ഉപകരണങ്ങൾക്കും അഞ്ച് വർഷത്തെ കോംപ്രിഹെൻസീവ് വാറന്റി ഏർപ്പെടുത്തിയിട്ടുള്ളത്. ഈ പദ്ധതിയിലൂടെ വിതരണം ചെയ്ത 374274 ഉപകരണങ്ങൾക്കും ഇൻഷുറൻസ് പരിരക്ഷ ഏർപ്പെടുത്തുകയും പരാതി പരിഹാരത്തിനായി പ്രത്യേകം കോൾ സെന്ററും വെബ് പോർട്ടലും ഏർപ്പെടുത്തുകയും ചെയ്തിട്ടുണ്ട്.

സ്വതന്ത്ര സോഫ്റ്റ്‌വെയർ എന്ന ബദൽ

ഹൈടെക് സ്കൂൾ, ഹൈടെക് ലാബ് പദ്ധതികളിലൂടെ വിതരണം ചെയ്ത ലാപ്ടോപ്പുകളിൽ ഉപയോഗപ്പെടുത്തിയിട്ടുള്ള പ്രൊപ്രൈറ്ററി സോഫ്റ്റ് വെയറിന് പകരമായ സ്വതന്ത്ര സോഫ്റ്റ് വെയർ മൂലം സംസ്ഥാന ഖജനാവിന് 3000 കോടി രൂപ ലാഭിക്കാനായി എന്നതും അന്താരാഷ്ട്രതലത്തിൽ തന്നെ ശ്രദ്ധിക്കപ്പെട്ടിട്ടുള്ള ഒന്നാണ്. സാമ്പത്തിക ലാഭത്തിനേക്കാളേറെ സ്വതന്ത്ര സോഫ്റ്റ്‌വെയർ ഉപയോഗമാണ് ഇപ്പോൾ അതിസങ്കീർണ്ണമായ ഡിജിറ്റൽ പ്രക്രിയകൾപോലും നമ്മുടെ കുട്ടികൾ അനായാസേന ചെയ്യുന്ന തരത്തിൽ ഡിജിറ്റൽ വിപ്ലവം സാദ്ധ്യമാക്കാൻ മുഖ്യ ഉൾപ്രേരകമായി മാറിയത് എന്നു കാണാം. ഇത്തരത്തിൽ പൂർണ്ണമായും സ്വതന്ത്ര സോഫ്റ്റ്‌വെയർ എന്ന നയം കർശനമായി നടപ്പാക്കിയതുകൊണ്ടാണ് ഏറ്റവും പുതിയ സാങ്കേതിക വിദ്യകൾ നമ്മുടെ സ്കൂൾ വിദ്യാഭ്യാസത്തിൽ എല്ലാവർക്കും പ്രാപ്യമായ

രൂപത്തിൽ നല്കാനും സമഗ്ര പോർട്ടൽ 15000 സ്കൂളുകളെ കോർത്തിണക്കിയുള്ള 'സ്കൂൾവിക്കി', ഓൺലൈൻ അദ്ധ്യാപക പരിശീലനം തുടങ്ങിയ നിരവധി പദ്ധതികൾ നടപ്പിലാക്കാനും നമുക്ക് കഴിഞ്ഞത്.

പ്രൈമറി, ഹൈസ്കൂൾ, ഹയർസെക്കന്ററി വിഭാഗങ്ങളിലായി 1,83,235 അദ്ധ്യാപകർ 2019 ഏപ്രിൽ-മെയ് അവധിക്കാലത്ത് ഡിജിറ്റൽ സംവിധാനങ്ങൾ ക്ലാസ്മുറികളിൽ പ്രയോജനപ്പെടുത്താനും ഉള്ളടക്കം തയ്യാറാക്കാനും പ്രാപ്തരാക്കുന്ന പ്രത്യേക ഐ ടി പരിശീലനം നേടി. 2020 ഏപ്രിൽ-മെയ് അവധിക്കാലത്ത് ഓൺലൈൻ സംവിധാനത്തിലൂടെ 86000 പ്രൈമറി അദ്ധ്യാപകർക്ക് പരിശീലനം നല്കുകയുണ്ടായി. 13000 അദ്ധ്യാപകർ കഴിഞ്ഞ രണ്ട് വർഷക്കാലത്തിനുള്ളിൽ കൈറ്റിന്റെ 'KOOL' പ്ലാറ്റ്ഫോം വഴി ഓൺലൈൻ പരിശീലനം വിജയകരമായി പൂർത്തിയാക്കി സർട്ടിഫിക്കറ്റ് നേടിയിട്ടുണ്ട്. ഈ പ്ലാറ്റ്ഫോം വഴി പുതിയ നിരവധി കോഴ്സുകൾ പൊതുജനങ്ങൾക്കുൾപ്പെടെ ലഭ്യമാക്കും. അദ്ധ്യാപക പരിശീലനത്തിന്റെ പുത്തൻ സാദ്ധ്യതകൾ ഒരുക്കുന്നതാണ് ഈ സംവിധാനം.

ഡിജിറ്റൽ ഉള്ളടക്കം

'സമഗ്ര' വിഭവ പോർട്ടലിന്റെ രണ്ടാംപതിപ്പ് ഡിജിറ്റൽ വിഭവങ്ങൾ ഉപയോഗിച്ചുള്ള പഠനപ്രവർത്തനങ്ങൾക്ക് അദ്ധ്യാപകർക്കും വിദ്യാർത്ഥികൾക്കും ഒരുപോലെ പ്രയോജനപ്പെടുത്തുന്നവിധം പരിഷ്കരിച്ചിട്ടുള്ളതാണ്. സമഗ്രയുടെ ഓഫ്ലൈൻ പതിപ്പും ഇനി ലഭ്യമാകും. ഒന്നു മുതൽ പന്ത്രണ്ടുവരെ ക്ലാസുകൾക്കായി 27811 ഡിജിറ്റൽ റിസോഴ്സുകൾ സമഗ്രയിലുണ്ട്. പാഠാസൂത്രണവും പഠനനേട്ടങ്ങൾ ഉറപ്പാക്കലും എല്ലാം കരിക്കുലം നിഷ്കർഷിക്കുന്ന തരത്തിൽ ഉൾച്ചേർത്ത 'സമഗ്ര പോർട്ടൽ' ഇത്തരത്തിൽ വിദ്യാഭ്യാസ രംഗത്തെ സാങ്കേതിക വിദ്യാപ്രയോഗത്തിന്റെ വേറിട്ട മാതൃകയാണ്. കൈറ്റ് വിക്ടേഴ്സ് വിദ്യാഭ്യാസ ചാനൽ ഇന്ന് കേരളത്തിന്റെ കോവിഡ് പ്രതിരോധ പ്രവർത്തനങ്ങളുടെ മുഖമുദ്രയായി മാറിയിട്ടുണ്ട്. കേരളത്തിലെ എല്ലാ ജില്ലകളിലും ഡിജിറ്റൽ ക്ലാസുകൾക്കായി ഉള്ളടക്കം തയ്യാറാക്കുന്നതിന് ആവശ്യമായ ഷൂട്ടിങ്, എഡിറ്റിങ്, പോസ്റ്റ് പ്രൊഡക്ഷൻ പ്രവർത്തനങ്ങൾ നടത്തിയത് നമ്മുടെ സ്കൂളുകൾക്ക് ലഭ്യമാക്കിയിട്ടുള്ള ക്യാമറകളും, ലാപ്ടോപ്പുകളും, സ്വതന്ത്ര സോഫ്റ്റ്വെയറുകളുമെല്ലാം ഉപയോഗിച്ചാണ്. കൈറ്റ് വിക്ടേഴ്സിന്റെ യുട്യൂബ് ചാനലിന് മാത്രം 24 ലക്ഷം വരിക്കാരുണ്ടായി എന്നതും വമ്പിച്ച സ്വീകാര്യതയുടെ തെളിവാണ്.

ലിറ്റിൽ കൈറ്റ്സ് ഐ ടി ക്ലബ്ബുകൾ

ഹൈടെക് പദ്ധതി നടത്തിപ്പിൽ കുട്ടികളുടെ പങ്കാളിത്തം ഉറപ്പാക്കുക എന്ന ലക്ഷ്യത്തോടെയാണ് ലിറ്റിൽകൈറ്റ്സ് രൂപീകരിച്ചത്. 2060

സ്കൂളുകളിലായി പ്രവർത്തിക്കുന്ന ഇന്ത്യയിലെ കുട്ടികളുടെ ഏറ്റവും വലിയ ഐ ടി ശൃംഖലയായ 'ലിറ്റിൽ കൈറ്റ്സ്' ഐ ടി ക്ലബ്ബുകളിൽ 1.14 ലക്ഷം അംഗങ്ങളുണ്ട്. ആർട്ടിഫിഷ്യൽ ഇന്റലിജൻസ്, റോബോട്ടിക്സ്, ഇന്റർനെറ്റ് ഓഫ് തിങ്സ് (ഐ ഒ ടി), ത്രീഡി ക്യാരക്ടർ അനിമേഷൻ തുടങ്ങിയ മേഖലകളിൽ കഴിഞ്ഞ വർഷം പരിശീലനം നേടിയ 'ലിറ്റിൽ കൈറ്റ്സ്' അംഗങ്ങളുടെ നേതൃത്വത്തിൽ സ്കൂളുകൾ കേന്ദ്രീകരിച്ച് താല്പര്യമുള്ള മറ്റ് കുട്ടികൾക്ക് പ്രത്യേക പരിശീലനങ്ങൾ നല്കാൻ സംവിധാനമൊരുക്കി. സ്ക്രിപ്റ്റ് തയ്യാറാക്കൽ മുതൽ ഷൂട്ടിങ്ങും വീഡിയോ എഡിറ്റിങ്ങും ഉൾപ്പെടെയുള്ള വാർത്താനിർമ്മാണത്തിന്റെ മുഴുവൻ പ്രവർത്തനങ്ങളും നടത്താൻ കേരളത്തിൽ 'കുട്ടി റിപ്പോർട്ടർമാർ' സജ്ജരായിക്കഴിഞ്ഞു. രണ്ടു ലക്ഷത്തോളം അമ്മമാർക്ക് ലിറ്റിൽ കൈറ്റ്സ് വഴി പ്രത്യേക ഐ സി ടി പരിശീലനം നല്കിയത് 2019 ഒക്ടോബറിലാണ്.

കേരളത്തിലെ പൊതുവിദ്യാഭ്യാസ മേഖലാ ശാക്തീകരണത്തിൽ വളരെ മികച്ച രീതിയിലുള്ള ഇടപെടലാണ് ഈ സർക്കാർ കേരളത്തിൽ നടപ്പാക്കിയത്. അനാകർഷകമായിരുന്ന പൊതുവിദ്യാഭ്യാസ മേഖലയെ മികച്ചതാക്കി പൊതുസമൂഹത്തിന് മുന്നിൽ അവതരിപ്പിക്കാൻ സാങ്കേതികവിദ്യാ സഹായക വിദ്യാഭ്യാസം നടപ്പാക്കുന്നതിലൂടെ കഴിഞ്ഞിട്ടുണ്ട് എന്നതിന്റെകൂടി തെളിവാണ് കഴിഞ്ഞ നാലു വർഷത്തിനുള്ളിൽ 6.8 ലക്ഷം കുട്ടികൾ പൊതുവിദ്യാലയങ്ങളിലേക്ക് പുതുതായി വന്നത്. ഇത് പൊതുവിദ്യാഭ്യാസം കാര്യക്ഷമമാക്കാനുള്ള കേരളത്തിന്റെ ഒരു പുത്തൻ മാതൃകയാണ്. നീതി ആയോഗ് ഇന്ത്യയിൽ വിദ്യാഭ്യാസ രംഗത്ത് നടപ്പാക്കാവുന്ന മികച്ച പദ്ധതികളിൽ കൈറ്റിനെ ഉൾപ്പെടുത്തിയതും ഈ വർഷം തന്നെയായിരുന്നല്ലോ.

എസ് ഐ ഇ ടി: പ്രവർത്തനമികവിൽ

പൊതുവിദ്യാഭ്യാസവകുപ്പിന്റെ പ്രതിഭാപോഷണ പരിപാടിയുടെ ഭാഗമായാണ് വിദ്യാർത്ഥികൾ (ടാറ്റാ ഇൻസ്റ്റിറ്റ്യൂട്ട് ഓഫ് ഫണ്ടമെന്റൽ റിസർച്ച്) ടി ഐ എഫ് ആറിലെത്തിയത്. ടി ഐ എസ് ആർ രാജ്യത്തെ ഏറ്റവും ഉന്നതമായ ഗവേഷണസ്ഥാപനങ്ങളിലൊന്നാണ്. ഹോമി ജഹാംഗീർ ഭാഭയുടെ നേതൃത്വത്തിൽ സ്ഥാപിക്കപ്പെട്ട ഈ മഹദ് സ്ഥാപനത്തിൽ ഗവേഷണം നടത്തിയിട്ടുള്ള മഹാശാസ്ത്രജ്ഞരുടെ പട്ടിക നോക്കൂ. അസ്ട്രോ ഫിസിസിസ്റ്റായ ജയന്ത് നാർലിക്കർ, ക്വാണ്ടം ഗ്രാവിറ്റിയിൽ ദേശാന്തര പ്രശസ്തനായ മലയാളി താണു പദ്മനാഭൻ, നോബൽ സമ്മാനത്തിന് പലവട്ടം പരിഗണിക്കപ്പെട്ട ഇ സി ജി സുദർശനൻ, പദ്മഭൂഷണും പത്മവിഭൂഷണും നല്കി രാജ്യം ആദരിച്ച ബയോളജിസ്റ്റ് ഒബയ്ദ് സിദ്ദിഖി, പദ്മഭൂഷൺ രഞ്ചൻ റോയ്ദാനിയൽ, ചന്ദ്രയാൻ ചീഫ് സയന്റിസ്റ്റ് ജിതേന്ദ്രനാഥ് ഗോസ്വാമി. ഇവരൊക്കെ പ്രഭാഷണങ്ങൾ നടത്തിക്കൊണ്ടിരുന്ന ലക്ചർ ഹാളുകളിലും പരീക്ഷണത്തിലേർപ്പെട്ട ലാബുകളിലും കേരളത്തിലെ സ്കൂൾ വിദ്യാർത്ഥികൾ സംവാദങ്ങളിൽ ഏർപ്പെടുകയും ഗവേഷണങ്ങൾ മനസ്സിലാക്കുകയും ചെയ്തു. സ്റ്റേറ്റ് ഇൻസ്റ്റിറ്റ്യൂട്ട് ഓഫ് എഡ്യൂക്കേഷണൽ ടെക്നോളജി (എസ് ഐ ഇ ടി) സംഘടിപ്പിച്ച പരിപാടിയിൽ ടി ഐ എസ് ആറിലെ അദ്ധ്യാപകരും ഗവേഷകരുമായി കോസ്മോളജിയും ആസ്ട്രോബയോളജിയുമൊക്കെ അവർ ചർച്ച ചെയ്തു. അതോടൊപ്പം ആസ്ട്രോണമി, ആർട്ടിഫിഷ്യൽ ഇന്റലിജൻസ്, അനലറ്റിക്സ്, സോഷ്യൽ എന്റർപ്രണർഷിപ്പ് തുടങ്ങിയ മേഖലകളിൽ സവിശേഷ താല്പര്യമുള്ള വിദ്യാർത്ഥികൾക്കും അവസരം ലഭിച്ചു. ക്ലാസിനുശേഷമുള്ള സംവാദസെഷനും സജീവം. ഗോളാന്തര

ബലങ്ങളെക്കുറിച്ച് നമ്മുടെ ഒൻപതാം ക്ലാസ് വിദ്യാർത്ഥികളുടെ സംശയങ്ങൾ ടി ഐ എഫ് ആറിലെ അദ്ധ്യാപകരെപ്പോലും അമ്പരപ്പിച്ചു. മുംബൈ ഐ ഐ ടി, അഹമ്മദാബാദിലെ ഐ ഐ എം നാഷണൽ ഇൻസ്റ്റിറ്റ്യൂട്ട് ഓഫ് ഡിസൈൻ, മുംബൈയിൽ ടാറ്റാ ഇൻസ്റ്റിറ്റ്യൂട്ട് ഓഫ് സോഷ്യൽ സയൻസ് തുടങ്ങിയ സ്ഥാപനങ്ങളിലും വിദ്യാർത്ഥികൾ വിവിധ സെഷനുകളിൽ പങ്കെടുത്തു. മഹാത്മാഗാന്ധി ഇന്ത്യയിൽ സത്യഗ്രഹ പരീക്ഷണങ്ങൾ ആവിഷ്കരിച്ച സബർമതി ആശ്രമത്തിലും അവർ സമയം ചെലവഴിച്ചു; ഗാന്ധിജിയെ അറിഞ്ഞു.

ടാലന്റ് ലാബ് എന്ന ആശയം ആവിഷ്കരിക്കുമ്പോൾ മനസ്സിൽ ഉണ്ടായിരുന്ന സങ്കല്പങ്ങളിലൊന്നിന്റെ ഫലപ്രദമായ ആവിഷ്കാരം എസ് ഐ ഇ ടിയുടെ ഈ പദ്ധതിയിലൂടെ സാധിച്ചു. സമാനമായ മറ്റൊരു പരിപാടിയാണ് ശാസ്ത്രജാലകം. സംസ്ഥാനത്തിനകത്തെ ഉന്നത വിദ്യാഭ്യാസസ്ഥാപനങ്ങളിൽ സ്കൂൾ വിദ്യാർത്ഥികൾക്ക് പരീക്ഷണങ്ങൾക്കും പഠനത്തിനും ശാസ്ത്രജാലകത്തിലൂടെ അവസരം ലഭിച്ചു. എല്ലാ ജില്ലകളിലുമായി 42 ഓളം സ്ഥാപനങ്ങളിൽ 2000 ത്തിലധികം വിദ്യാർത്ഥികൾ പങ്കെടുത്ത ശാസ്ത്രജാലകത്തിന്റെ മാതൃകയിൽ പിന്നീട് വിവിധ ഏജൻസികൾ പദ്ധതികൾ ആവിഷ്കരിക്കുകയുണ്ടായി. ശാത്രജ്ഞരുമായി നേരിട്ട് സംവദിക്കാൻ കുട്ടികൾക്ക് അവസരം നല്കിയ വാക്ക് വിത്ത് ദ സ്കോളർ പരിപാടി പുതുമയുള്ളതും ഫലപ്രദവുമായിരുന്നു. നോബൽ ജേതാവ് ഡോ. റിച്ചാർഡ് റോബർട്സ്, ഡോ. വിക്ടർ കൊടലോവ് തുടങ്ങിയ മൗലിക ശാസ്ത്രപ്രതിഭകളുമായി പൊതുവിദ്യാലയത്തിലെ കുട്ടികൾക്ക് മുഖാമുഖം സംസാരിക്കാൻ സാധിച്ചത് അവരുടെ ശാസ്ത്രത്തോടുള്ള ആഭിമുഖ്യത്തെ വളർത്താൻ സഹായിക്കുമെന്നതിൽ തർക്കമില്ല.

വൊക്കേഷണൽ ഹയർസെക്കന്ററി വിദ്യാർത്ഥികൾക്കുവേണ്ടി എസ് ഐ ഇ ടി സംഘടിപ്പിച്ച സംരംഭകത്വ പരിശീലന പരിപാടിയും ശ്രദ്ധേ

യമായി. നാഷണൽ സ്കിൽ ക്വാളിഫിക്കേഷൻ ഫ്രെയിംവർക്ക് (NSQF) നടപ്പാക്കിയ വി എച്ച് എസ് ഇകളിലെ ഓരോ ട്രേഡിലും പഠനം ആരംഭിക്കുംമുമ്പ് തന്നെ അതിലെ സംരംഭകസാദ്ധ്യതകളും സംരംഭകർ അറിയേണ്ടുന്ന പൊതുവിവരങ്ങളും മനസ്സിലാക്കിക്കൊടുക്കുന്നതിലൂടെ വിദ്യാർത്ഥിയുടെ തൊഴിലധിഷ്ഠിത പഠനത്തിന് ലക്ഷ്യബോധമുണ്ടാക്കാനായി. ബയോ ഇൻഫർമാറ്റിക്സ്, ആർട്ടിഫിഷ്യൽ ഇന്റലിജൻസ്, നാനോ ടെക്നോളജി തുടങ്ങിയ വിഷയങ്ങളിൽ കേരള സർവ്വകലാശാല ബയോ ഇൻഫർമാറ്റിക്സ് വിഭാഗം, കോഴിക്കോട് സ്കൂൾ ഓഫ് മാത്തമാറ്റിക്സ്, കൊച്ചി ശാസ്ത്രസാങ്കേതിക സർവ്വകലാശാലയിലെ സെന്റർ ഫോർ നാനോ മെറ്റീരിയൽസ് ആൻഡ് ഡിവൈസസ് എന്നീ സ്ഥാപനങ്ങളിൽ പരിശീലനക്കളരികൾ സംഘടിപ്പിച്ചു. ശാസ്ത്രവിഷയങ്ങളിൽ മാത്രമല്ല കലയും സാങ്കേതികവിദ്യയുമായി ഇഴുകിച്ചേരുന്ന മേഖലകൾ കുട്ടികൾക്ക് പരിചയപ്പെടുത്തുന്നതിനും പദ്ധതികൾ നടപ്പാക്കി. ചലച്ചിത്ര നിർമ്മാണശില്പശാലതന്നെ ഉദാഹരണം. കെ ആർ നാഷണൽ ഇൻസ്റ്റിറ്റ്യൂട്ട് ഓഫ് വിഷ്വൽ സയൻസ് ആന്റ് ആർട്സിലെ സയൻസിന്റെ ഏറ്റവും ആധുനികമായ സൗകര്യങ്ങളുപയോഗിച്ച് ദേശീയ ചലച്ചിത്ര പുരസ്കാര ജേതാക്കളടങ്ങിയ ഫാക്കൽറ്റി നമ്മുടെ കുട്ടികളെ പരിശീലിപ്പിച്ചു. പാഠപുസ്തകങ്ങൾക്കപ്പുറത്തേക്ക് കുട്ടിയുടെ പ്രതിഭാവിലാസത്തെ അറിവിന്റെയും സർഗ്ഗാത്മകതയുടെയും ആകാശത്തേക്ക് ചിറകുവിരിക്കാൻ ഇതെല്ലാം പിന്തുണ നല്കുന്നു

പുതിയ കാലഘട്ടത്തിൽ ആധുനിക സാങ്കേതികവിദ്യയിലധിഷ്ഠിതമായ പഠനസഹായികൾ നിർമ്മിക്കുന്നതിനും അദ്ധ്യാപകരെ ശാക്തീകരിക്കേണ്ടതുണ്ട്. കെ ആർ നാരായണൻ നാഷണൽ ഇൻസ്റ്റിറ്റ്യൂട്ടിന്റെ പിന്തുണയോടെ അദ്ധ്യാപകരുടെ നേതൃത്വത്തിൽ സ്ക്രിപ്റ്റിങ്, എഡിറ്റിങ്, ആനിമേഷൻ തുടങ്ങിയ വിഷയങ്ങളിൽ അദ്ധ്യാപകർക്ക് പരിശീലനം നല്കിയത് ഈ ലക്ഷ്യത്തോടെയാണ്. പഠനബോധനപ്രക്രിയയെ സാങ്കേതികവിദ്യയുമായി കൂട്ടിയിണക്കുന്ന പ്രവർത്തനങ്ങൾക്ക് ദശാബ്ദങ്ങളുടെ ചരിത്രമുണ്ട്. എന്നാൽ വിവരസാങ്കേതികവിദ്യയുടെ അസാധാരണവും അത്ഭുതകരവുമായ വളർച്ചയോടെയാണ് വിദ്യാഭ്യാസമേഖലയിൽ സാങ്കേതികവിദ്യയുടെ ഇടപെടൽ ഫലപ്രദമായത്. ക്ലാസ്റൂമിലും പുറത്തുമായി നടക്കുന്ന പഠനപ്രക്രിയയെ ഇലക്ട്രോണിക് ഉപകരണങ്ങളുടെ സഹായത്തോടുകൂടി മെച്ചപ്പെടുത്തുന്നതിനുള്ള പ്രവർത്തനങ്ങൾ നമ്മുടെ സംസ്ഥാനത്ത് ആരംഭിക്കുന്നത് 1998 ൽ സ്റ്റേറ്റ് ഇൻസ്റ്റിറ്റ്യൂട്ട് ഓഫ് എഡ്യൂക്കേഷണൽ ടെക്നോളജിയുടെ രൂപീകരണത്തോടെയാണ്. വിദ്യാഭ്യാസ സാങ്കേതികവിദ്യ ആദ്യകാല മോഡലുകളിലും ഓവർഹെഡ് പ്രോജക്ടറുകളിലും (OHP) വരെ എത്തിനിന്ന ഘട്ടത്തിലാണ് ടെലിവിഷന്റെയും മൾട്ടീമീഡിയയുടെയും സാദ്ധ്യതകളെ ഉപയോഗപ്പെടുത്തു

ന്നതിനുള്ള ഇടപെടലുകൾ എസ് ഐ ഇ ടി ആരംഭിച്ചത്. അക്കാലത്ത് ദൂരദർശൻവഴി വീഡിയോ ക്ലാസുകൾ സംപ്രേഷണം ചെയ്യുക എന്ന രീതി അവലംബിച്ചു. എസ് ഐ ഇ ടി നിർമ്മിച്ച ഉള്ളടക്കങ്ങൾ മെച്ചപ്പെട്ടവയായിരുന്നെങ്കിലും അവ ക്ലാസ്റൂമുകളിൽ പ്രദർശിപ്പിക്കുന്നതിനും കുട്ടികൾക്ക് ഉപകാരപ്രദമാക്കുന്നതിനും ആവശ്യമായ സൗകര്യങ്ങളുണ്ടായിരുന്നില്ല. സ്മാർട്ട് ക്ലാസുകൾ ആരംഭിച്ചതോടെ ഇതിന് പരിഹാരമായി.

2016 ൽ ഇടതുമുന്നണി സർക്കാർ അധികാരത്തിൽ വന്നതിന് ശേഷം വിദ്യാഭ്യാസ സാങ്കേതികവിദ്യാമേഖലയിൽ സംസ്ഥാനത്തെ ഏറ്റവും പ്രമുഖ സ്ഥാപനമായ എസ് ഐ ഇ ടി നവീകരിക്കുന്നതിനാവശ്യമായ നടപടികൾ സ്വീകരിച്ചു. വിദ്യാഭ്യാസ മേഖലയെ സമ്പൂർണ്ണമായും ഡിജിറ്റലൈസ് ചെയ്യുന്നതിനുള്ള തീരുമാനം പ്രയോഗപഥത്തിലെത്തുമ്പോൾ നിർണ്ണായകമായ സംഭാവന നല്കാൻ കഴിയുന്ന സ്ഥാപനമാണ് എസ് ഐ ഇ ടി എന്ന തിരിച്ചറിവോടെ ഡിജിറ്റൽ ഉള്ളടക്ക നിർമ്മാണം, അദ്ധ്യാപകപരിശീലനം, പ്രതിഭാപോഷണം, ഗവേഷണം തുടങ്ങിയ മേഖലയിലേക്ക് പ്രവർത്തനം വ്യാപിപ്പിച്ചു. 500 ഓളം വീഡിയോ ക്ലാസുകൾ ആദ്യഘട്ടത്തിൽ തയ്യാറാക്കി. ഇന്ത്യയിലാദ്യമായി ഗോത്രഭാഷയിൽ ഡിജിറ്റൽ ഉള്ളടക്കങ്ങൾ തയ്യാറാക്കിയെന്ന ഖ്യാതി എസ് ഐ ഇ ടിയിലൂടെ നമുക്ക് സ്വന്തമായി. കോവിഡ് മഹാമാരിയുടെ കാലം എസ് ഐ ഇ ടിയുടെ പ്രസക്തി വർദ്ധിപ്പിച്ചു. 2020 മാർച്ചിൽ ലോക്ഡൗൺ പ്രഖ്യാപിക്കുമ്പോൾ ഹയർസെക്കന്ററി, എസ് എസ് എൽ സി പരീക്ഷകൾ പൂർത്തീകരിച്ചിരുന്നില്ല. വിദ്യാലയങ്ങൾ അപ്രതീക്ഷിതമായി അടഞ്ഞുപോയി. ഈ പ്രതിസന്ധിഘട്ടത്തിൽ സാങ്കേതികവിദ്യയുടെ പിന്തുണയോടെ 'പൂട്ടാത്ത പാഠശാല' എന്ന ആശയം എസ് ഐ ഇ ടി മുന്നോട്ടുവച്ചു. ദൂരദർശനിലൂടെ ഹയർസെക്കന്ററി, ഹൈസ്കൂൾ പാഠഭാഗങ്ങൾ എല്ലാദിവസവും ടെലികാസ്റ്റ് ചെയ്തു. ലൈവ് ക്ലാസ് റൂം വഴി വിദ്യാർത്ഥികൾക്ക് അദ്ധ്യാപകരുമായി നേരിട്ട് സംസാരിക്കാനും സംശയനിവാരണം വരുത്താനും സാധിച്ചു. ഏപ്രിൽ മുതൽ പ്രത്യേക ടെലികാസ്റ്റ് ക്ലാസുകൾ തുടങ്ങി. പിന്നീട് ജൂൺ ഒന്ന് മുതൽ വിക്ടേഴ്സ് ചാനൽ വഴിയുള്ള ഫസ്റ്റ് ബെൽ സംപ്രേഷണത്തിനാവശ്യമായ ഉള്ളടക്കം നിർമ്മിച്ചു നല്കി. അഖിലേന്ത്യ വിദ്യാഭ്യാസ ചലച്ചിത്രമേളയ്ക്ക് കേരളം ആതിഥ്യമരുളിയപ്പോൾ എസ് ഐ ഇ ടിയാണ് സംഘാടനച്ചുമതലകൾ നിർവ്വഹിച്ചത്.

വിദ്യാഭ്യാസ സാങ്കേതികവിദ്യ സംബന്ധിച്ച സംസ്ഥാനത്ത് ഗവേഷണ പ്രവർത്തനങ്ങൾ സജീവമാക്കാൻ സാധിച്ചു. ദേശീയ അന്തർദ്ദേശീയ സെമിനാറുകൾ സംഘടിപ്പിക്കുകയും ഇവയിൽ അവതരിപ്പിക്കുന്ന പ്രബന്ധങ്ങൾ ക്രോഡീകരിച്ച് *എഡ്യൂടെക്* എന്ന റിസർച്ച് ജേർണൽ പ്രസിദ്ധീകരിക്കുകയും ചെയ്യുന്നു.

പരിമിതമായ പശ്ചാത്തലസൗകര്യവും മനുഷ്യവിഭവവുംമാത്രം

സ്വന്തമായുള്ള എസ് ഐ ഇ ടി പ്രതിസന്ധികൾക്കിടയിലും കാര്യക്ഷമമായി പ്രവർത്തിക്കുന്നതെങ്ങനെയെന്ന പാഠം പകർന്നു നല്കുന്നു. ഉള്ളടക്ക നിർമ്മാണത്തിൽ എല്ലാവർഷവും കേന്ദ്രസർക്കാരിന്റെ ബഹുമതികൾ നേടി ദേശീയതലത്തിൽ ശ്രദ്ധ നേടിയിരിക്കുന്ന എസ് ഐ ഇ ടി വരുംവർഷം സ്വന്തം മന്ദിരത്തിലേക്ക് മാറുകയാണ്. ഇതോടെ കൂടുതൽ ഉയരങ്ങളിലേക്ക് കുതിക്കുമെന്നതിൽ തർക്കമില്ല.

സ്കൂൾ മാനേജ്മെന്റ് പരിശീലനത്തിന്റെ പുത്തൻ അന്വേഷണങ്ങളുമായി സീമാറ്റ്

വിദ്യാഭ്യാസ ആസൂത്രണത്തിന്റേയും മാനേജ്മെന്റിന്റെയും പുത്തൻ രീതിശാസ്ത്രം സംസ്ഥാനത്തിന്റെ തനത് സവിശേഷതകൾക്കനുസൃതമായി പരിവർത്തിച്ച് പ്രയോഗതലത്തിൽ വരുത്തുവാൻ സീമാറ്റിന് കഴിഞ്ഞിട്ടുണ്ട്.

എൽ പി/യു പി/ഹൈസ്കൂൾ പ്രഥമാദ്ധ്യാപകർ, ഹയർസെക്കന്ററി പ്രിൻസിപ്പൽമാർ, ജില്ല/ഉപജില്ല/മേഖലാതല വിദ്യാഭ്യാസ ഓഫീസർമാർ, വൊക്കേഷണൽ ഹയർസെക്കന്ററി കരിയർ മാസ്റ്റർമാർ, പൊതുവിദ്യാഭ്യാസ വകുപ്പിലെ മിനിസ്റ്റീരിയൽ സ്റ്റാഫംഗങ്ങൾ, ഡയറ്റ് ഫാക്കൽറ്റി തുടങ്ങി സീമാറ്റ് കേരളയുടെ ടാർജറ്റ് ഗ്രൂപ്പിൽ വരുന്ന വിവിധ വിഭാഗങ്ങൾക്ക് പരിശീലനം നല്കിയിട്ടുണ്ട്.

പൊതുവിദ്യാഭ്യാസ സംരക്ഷണ യജ്ഞത്തിന്റെ ലക്ഷ്യ സാക്ഷാൽക്കരണത്തിന് ഉതകുന്ന പുതിയ സമീപനവും ട്രെയിനിങ് സംവിധാനവും വികസിപ്പിക്കാൻ ശ്രമിച്ചിട്ടുണ്ട്. ദേശീയ തലത്തിൽ നീപ (NIEPA) യുമായി അടുത്ത് സഹകരിക്കാൻ കഴിഞ്ഞിട്ടുണ്ട്.

സീമാറ്റിന്റെ പരിശീലന പരിപാടികളെ വിശാലാർത്ഥത്തിൽ ലീഡർഷിപ്പ് എൻഹാൻസ്മെന്റ് പ്രോഗ്രാം, കപ്പാസിറ്റി എൻഹാൻസ്മെന്റ് പ്രോഗ്രാം എന്നിങ്ങനെ രണ്ടായി തിരിക്കാം. ഇതിന്റെയടിസ്ഥാനത്തിൽ എൽ പി/ യു പി/ ഹൈസ്കൂൾ എന്നിവർക്കായി കപ്പാസിറ്റി എൻഹാൻസ്മെന്റ് പരിപാടിയും വിദ്യാഭ്യാസ ഓഫീസർമാർ, ഹയർസെക്കന്ററി പ്രിൻസിപ്പൽമാർ, പൊതുവിദ്യാഭ്യാസ വകുപ്പിലെ മിനിസ്റ്റീരിയൽ സ്റ്റാഫംഗങ്ങൾ എന്നിവർക്കായി ലീഡർഷിപ്പ് എൻഹാൻസ്മെന്റ് പ്രോഗ്രാമുകളുമാണ്

നടപ്പാക്കിയത്. കൂടാതെ ഡയറ്റ് ഫാക്കൽറ്റി അംഗങ്ങൾക്കായി ഫാക്കൽറ്റി ഡെവലപ്മെന്റ് പ്രോഗ്രാമുകളും ആസൂത്രണം ചെയ്ത് നടപ്പിലാക്കി.

ഇതുകൂടാതെ ആശയതലത്തിലും, വിദ്യാഭ്യാസ രംഗത്തെ നയങ്ങൾ വരുന്നഘട്ടത്തിൽ അതുമായി ബന്ധപ്പെട്ടുമുള്ള സെമിനാറുകളും ചർച്ചകളും സീമാറ്റിന്റെ നേതൃത്വത്തിൽ നടത്തിയിട്ടുണ്ട്.

യൂണിസെഫ് റിപ്പോർട്ട്: കോവിഡ് കാലത്തെ പൊതുവിദ്യാഭ്യാസ പ്രവർത്തനങ്ങൾ

കോവിഡ് 19 കാലത്ത് പൊതുവിദ്യാഭ്യാസ വകുപ്പ് നടത്തിയ അനന്യമായ പ്രവർത്തനങ്ങൾ വരച്ചുകാട്ടുന്ന റിപ്പോർട്ട് യൂണിസെഫ് തയ്യാറാക്കിയിട്ടുണ്ട്. യൂണിസെഫ് തയ്യാറാക്കിയ റിപ്പോർട്ട് പൊതുവിദ്യാഭ്യാസ സെക്രട്ടറി ശ്രീ. എ ഷാജഹാൻ ഐ എ എസ് പൊതുവിദ്യാഭ്യാസ വകുപ്പ് മന്ത്രിക്ക് കൈമാറുകയും മന്ത്രി പ്രസ്തുത റിപ്പോർട്ട് കേരളീയ സമൂഹത്തിന് സമർപ്പിക്കുകയും ചെയ്തു. പൊതുവിദ്യാഭ്യാസ ഡയറക്ടർ ജീവൻ ബാബു കെ ഐ എ എസ്, എസ് സി ഇ ആർ ടി ഡയറക്ടർ ഡോ. ജെ പ്രസാദ്, പൊതുവിദ്യാഭ്യാസ സംരക്ഷണയജ്ഞം കോഓർഡിനേറ്റർ ഡോ. സി രാമകൃഷ്ണൻ എന്നിവർ സന്നിഹിതരായിരുന്നു.

കോവിഡ് 19 കാലഘട്ടത്തിൽ ലോകം മുഴുവൻ പകച്ചു നിന്നപ്പോൾ കേരളം എങ്ങനെയാണ് പുതുവഴികൾ തേടിയത് എന്ന സംക്ഷിപ്ത വിവരണമാണ് റിപ്പോർട്ടിലുള്ളത്. കോവിഡ് 19 മഹാമാരി മനുഷ്യജീവിതത്തെ തന്നെ പ്രതിസന്ധിയിലാക്കി. രോഗവാഹകർ മനുഷ്യൻ തന്നെ ആയതിനാൽ രോഗ പ്രതിരോധത്തിന്റെ ഭാഗമായി എല്ലാവരും വീടുകളിൽ തന്നെ കഴിയാൻ നിർബ്ബന്ധമായി. ലോകരാജ്യങ്ങൾ മിക്കവയും ലോക്ക്ഡൗൺ പ്രഖ്യാപിച്ചു. മനുഷ്യകുലത്തിന് പരിചിതമല്ലാത്ത സാഹചര്യമാണ് ഇതുവഴി സംജാതമായത്. കൂട്ടം കൂടുക, കളിക്കുക എന്നിവ കുട്ടികളുടെ സഹജവാസനയും ജീവിതശീലവുമാണ്. ഇത് നിഷേധിക്കപ്പെട്ടു. കുട്ടികൾ ഏറെ സുരക്ഷിതർ ആകുന്നത് കൂട്ടങ്ങളിലാണ്. പ്രത്യേകിച്ചും സ്കൂൾ ക്യാമ്പസുകളിൽ. സ്കൂളുകൾ അനിശ്ചിതമായി അടച്ചുപൂട്ടിയത് കുട്ടികളെ സംബന്ധിച്ച് വലിയ പ്രതിസന്ധിയാണുണ്ടാക്കിയത്.

ഇത് കുട്ടികളിലുണ്ടാക്കിയ ആകാംക്ഷയും സമ്മർദ്ദവും പിരിമുറുക്കവും വളരെ വലുതാണ്. ഈ കാലഘട്ടത്തിലാണ് കുട്ടികളുടെ മാനസികോല്ലാസത്തിനും ആത്മവിശ്വാസം വികസിപ്പിക്കാനും ഉതകുന്ന പ്രവർത്തനങ്ങളുമായി വിദ്യാഭ്യാസ വകുപ്പ് മുന്നോട്ടുവന്നത്. പ്രതിസന്ധിഘട്ടങ്ങളിൽ നവപാതകൾ

വികസിപ്പിക്കാനുള്ള കേരളീയ സമൂഹത്തിന്റെ കഴിവും മികവും ഈ ഘട്ടത്തിൽ പ്രകടമായി. ഇക്കാര്യം വളരെ സൂക്ഷ്മമായി യൂണിസെഫ് ഡോക്യുമെന്റിൽ വ്യക്തമാക്കിയിട്ടുണ്ട്. ആമുഖ ക്കുറിപ്പിൽ യൂണിസെഫ് എക്സിക്യൂട്ടീവ് ഡയറക്ടർ ഹെൻട്രിയേറ്റ ഫോറെയുടെ നിരീക്ഷണം പ്രധാനമാണ്. 'മഹാമാരികൾ അസമത്വങ്ങൾ വർദ്ധിപ്പിക്കും, ആരോഗ്യസുരക്ഷയെ ബാധിക്കും, അക്രമം വർദ്ധിപ്പിക്കും, ബാലവേല,ശിശു വിവാഹങ്ങൾ എന്നിവയെല്ലാം വർദ്ധിക്കും. കൊഴിഞ്ഞുപോക്ക് നിരക്ക് കൂടും. വിദ്യാഭ്യാസരംഗത്ത് നേടിയ നേട്ടങ്ങളെയെല്ലാം ദോഷകരമായി ബാധിക്കും.

ഇത്തരമൊരു ഭീതി നിലനില്ക്കുമ്പോഴാണ് എല്ലാ കുട്ടികളെയും ചേർത്തുപിടിച്ചുകൊണ്ട് കേരളം ജൂൺ ഒന്നിന് തന്നെ ഡിജിറ്റൽ ക്ലാസ് ആരംഭിച്ചത്. ഡിജിറ്റൽ പ്രാപ്യത ഇല്ലാത്ത കുട്ടികൾക്ക് അതിനുള്ള സൗകര്യം ചെയ്തു കൊടുക്കണം എന്ന് ബഹു. മുഖ്യമന്ത്രി അഭ്യർത്ഥിച്ചപ്പോൾ കേരളീയസമൂഹം കക്ഷി രാഷ്ട്രീയത്തിനതീതമായി പ്രതികരിച്ച രീതി ലോകത്തിനു തന്നെ നവ്യമായ അനുഭവമായി മാറിയെന്ന് റിപ്പോർട്ട് വിശദീകരിക്കുന്നു. അതുപോലെ കേരളത്തിലെ പൊതുവിദ്യാഭ്യാസ അവസ്ഥയും റിപ്പോർട്ട് പരാമർശിക്കുന്നുണ്ട്.

യൂണിസെഫ് രേഖ വിശദമാക്കുന്ന മറ്റൊരുകാര്യം കോവിഡ് 19 പ്രോട്ടോകോൾ നിലവിൽ ഉണ്ടായിരുന്ന സാഹചര്യത്തിൽ നട ത്തിയ പൊതുപരീക്ഷകൾ സംബന്ധിച്ചാണ്. എല്ലാ വകുപ്പുക ളേയും ഏകോപിപ്പിച്ചുകൊണ്ട് എങ്ങനെയാണ് ഏറ്റവും മികച്ച നിലയിൽ പ്രോട്ടോകോൾ എല്ലാം പാലിച്ചുകൊണ്ട് പരീക്ഷ നടത്തിയത് എന്ന കാര്യം റിപ്പോർട്ട് വിശദീകരിക്കുന്നു.

നാട് കോവിഡ്മൂലം ഗുരുതരമായ പ്രതിസന്ധിയിൽ പ്പെടുമ്പോൾ പൊതുഇടങ്ങൾ എങ്ങനെയാണ് രക്ഷാമാർഗ്ഗങ്ങൾ ആകുന്നത് എന്ന് യൂണിസെഫ് റിപ്പോർട്ട് വിശദീകരിക്കുന്നതിലൂടെ ലോകം എങ്ങനെയാണ് എന്തുകൊണ്ടാണ് കേരളത്തെ ഉറ്റുനോ ക്കുന്നത് എന്നതുകൂടി വ്യക്തമാകുന്നു.

പൊതുവിദ്യാഭ്യാസ സംരക്ഷണയജ്ഞത്തിന് നേതൃത്വം നല്കിയവർ

ശ്രീ. എ ഷാജഹാൻ ഐ എ എസ് (സെക്രട്ടറി, പൊതുവിദ്യാഭ്യാസ വകുപ്പ്), ശ്രീ. ജീവൻ ബാബു കെ ഐ എ എസ് (പൊതുവിദ്യാഭ്യാസ ഡയറക്ടർ), ഡോ. ജെ പ്രസാദ് (ഡയറക്ടർ, എസ് സി ഇ ആർ ടി), ഡോ. കുട്ടികൃഷ്ണൻ എ പി (സ്റ്റേറ്റ് പ്രോജക്ട് ഡയറക്ടർ, എസ് എസ് കെ), ശ്രീ. കെ അൻവർസാദത്ത് (സി ഇ ഒ, കൈറ്റ്), ഡോ. പി എസ് ശ്രീകല (ഡയറക്ടർ, കേരള സാക്ഷരതാ മിഷൻ) ശ്രീ. ബി. അബുരാജ് (ഡയറക്ടർ, എസ് ഐ ഇ റ്റി), ഡോ. എം എ ലാൽ (ഡയറക്ടർ, സീമാറ്റ്).

പൊതുവിദ്യാഭ്യാസ വകുപ്പ് മന്ത്രിയുടെ ഓഫീസ്

ശ്രീ. എൻ സുനിൽ കുമാർ (പ്രൈവറ്റ് സെക്രട്ടറി), ശ്രീ. കെ എ മണിറാം (സ്പെഷ്യൽ പ്രൈവറ്റ് സെക്രട്ടറി), ശ്രീ. കെ വി രാമകൃഷ്ണൻ (അഡീ. പ്രൈവറ്റ് സെക്രട്ടറി), ശ്രീ. സി പി പത്മരാജ് (അഡീ. പ്രൈവറ്റ് സെക്രട്ടറി), ശ്രീ. ആർ രാജശേഖര കുറുപ്പ് (അഡീ. പ്രൈവറ്റ് സെക്രട്ടറി), ശ്രീ. കെ സുനിൽ കുമാർ (അസി. പ്രൈവറ്റ് സെക്രട്ടറി), ശ്രീ. കെ പി അനിൽ കുമാർ (അസി. പ്രൈവറ്റ് സെക്രട്ടറി), ശ്രീ. ദിനേശൻ മഠത്തിൽ (അസി. പ്രൈവറ്റ് സെക്രട്ടറി), ശ്രീ. പി മുരളീധരൻ നായർ (അസി. പ്രൈവറ്റ് സെക്രട്ടറി), ശ്രീ. എ എം ശ്രീകാന്ത് (പേഴ്സണൽ അസിസ്റ്റന്റ്)

9 789390 301492

Printed by Libri Plureos GmbH in Hamburg,
Germany